AF530064

મોહનદાસ કરમચંદ ગાંધીએ ભારતના સ્વતંત્રતા સંગ્રામને જનતાનો સંઘર્ષ બનાવીને દેશની અંદર જાગૃતિ તેમજ ક્રાન્તિની નવી લહેર દોડાવી દીધી. મહાત્મા ગાંધી કોઈ પણ રાજનીતિક પાર્ટીના સદસ્ય ન હતા. અંગ્રેજ એમને ભારતની જનતાના પ્રતિનિધિ માનતા હતા અને કોઈ પણ પ્રકારની રાજનૈતિક વાર્તા એમની સાથે કરતાં હતા, એ જ કારણ છે કે મહાત્મા ગાંધીના આહ્વાન પર લાખો-કરોડોનો જનસમૂહ એક સાથે સમુદ્રની જેમ એમની પાછળ ચાલી પડતો હતો. પરંતુ આને ભાગ્યની વિડમ્બના જ તો કહેવામાં આવશે કે જે વ્યક્તિએ આખી ઉંમર અહિંસાનો સંકલ્પ લીધો, અહિંસાના પ્રચાર કર્યો, એની જ હત્યા ગોળી લાગવાથી થઈ.

પ્રસ્તુત છે એ જ જનસાધારણના નેતા મહાત્મા ગાંધીનું જીવનચરિત્ર.

GUJARATI BOOKS

DIAMOND BOOKS X-30, Okhla Industrial Area, Phase-II New Delhi-110020
Tel : 91+11-40712100, 40716600 Fax : 011-41611866

મહાત્મા ગાંધી

જીવનચરિત્ર અને જીવન-દર્શન

લેખક : પ્રકાશ નગાઈચ

ગુજરાત પુસ્તકાલય સહાયક સહકારી મંડળ લિ.
૧૧, ઈલોરા કોમર્શીયલ સેન્ટર, પહેલો માળ, રીલીફ સીનેમા પાછળ.
અમદાવાદ–૩૮૦ ૦૦૧
ફોન : ૨૫૫૦ ૯૯૭૩
E-mail : gpssmltd@yahoo.com

ડાયમંડ બુક્સ

ISBN : 978-93-5083-371-1

પ્રકાશક : ડાયમંડ પૉકેટ બુક્સ પ્રા. લિ.
X-30, ઓખલા ઈંડસ્ટ્રિયલ એરિયા, ફેઝ-II,
નવી દિલ્હી-110020
ફોન : 011-41611861
ફેક્સ : 011-41611866
ઇ-મેઇલ : sales@dpb.in
વેબસાઇટ : www.diamondbook.in
સંસ્કરણ : 2013
મુદ્રક : આદર્શ પ્રિન્ટર્સ, શાહદરા, દિલ્હી-32

MAHATMA GANDHI (GUJARATI)

By - Prakash Nagaich

ભૂમિકા

મહાત્મા ગાંધી આજે વિશ્વમાં એક અદ્વિતીય મહાપુરુષના રૂપમાં પ્રખ્યાત છે. પણ એમના જીવનની વિશેષતાઓની એટલી જાણકારી સર્વસાધારણમાં નથી, જેટલી હોવી જોઈએ. એક વિદ્વાને સત્ય જ કહ્યું છે કે સંભવતઃ આવવાવાળી પેઢીઓને વિશ્વાસ ન થાય કે હકીકતમાં એવો મહામાનવ ક્યારેય હતો પણ. આથી અતિજરૂરી છે કે દરેક પેઢીને ગાંધીજીના જીવન અને એમના દર્શનના વિષયમાં, અને ખાસ કરીને, સાધારણ જનતા અને બાળકો તથા યુવકોને ગાંધીજી વિશે જ્ઞાનવર્ધક સામગ્રી પ્રાપ્ત થાય. પ્રસ્તુત પુસ્તક આ જ દિશામાં એક સ્તુત્ય પ્રયત્ન છે. દરેક લેખકનો પોતાનો એક દૃષ્ટિકોણ હોય છે. પણ બુદ્ધિશાળી વાચક જન જોશે કે આ પુસ્તકમાં ગાંધીજીના સમગ્ર જીવનની મુખ્ય ઘટનાઓ, સફળતાઓ અને સિદ્ધાંતોને સરળ ભાષામાં સુયોગ્ય વિવેચન અને પરિચય છે. આને વાંચવા ઉપરાંત ઘણા બધા વાચકોમાં અન્ય ગાંધી સાહિત્યના અભ્યાસની વધારે ઈચ્છા અને રુચિ ઉત્પન્ન થશે, એવો મારો વિશ્વાસ છે. ગાંધીજીની પ્રાસંગિકતા આજે વિશ્વવ્યાપી છે, પણ એના શું કારણ છે અને ગાંધીજી કયા શાશ્વત મૂલ્યોના પ્રતીક છે, એની જાણકારી સામાન્ય લોકોને ઓછી જ છે. આ અભાવને પૂરો કરવામાં આ પુસ્તક લાભદાયક થશે. મને વિશ્વાસ છે કે ચરિત્ર નિર્માણ માટે પ્રેરણાદાયક મહાત્મા ગાંધીના આ જીવનનો સર્વસાધારણમાં વ્યાપક પ્રચાર અને પ્રસાર થશે.

ત્રિલોકીનાથ ચતુર્વેદી
સંસદ સભ્ય (રાજ્યસભા)

૧૯, ગુરુદ્વારા રકાબગંજ માર્ગ,
નવી દિલ્લી - ૧૧૦ ૦૦૧.

અનુક્રમણિકા

દાંડી માર્ચનું એક દૃશ્ય

પરિવાર અને બાળપણ

આજે સંસાર જે વ્યક્તિને બાપૂ, ગાંધીજી અને મહાત્મા ગાંધીના નામોથી ઓળખે છે, એ વ્યક્તિનું લોકપ્રિય બાપૂનું વાસ્તવિક નામ મોહનદાસ કરમચંદ ગાંધી હતું. ગુજરાતમાં પુત્રના નામની સાથે પિતાનું નામ જોડવાની પ્રથા છે. મોહનદાસના પિતાનું નામ કરમચંદ હતું, એમનો પરિવાર, 'ગાંધી' પરિવારનું ઉપમાન હતો. ગુજરાતના પોરબંદર નગરના સન્માનિત પરિવારોમાં ઓળખાતો હતો. જે સમયે મોહનદાસે જન્મ લીધો એમના પિતા કરમચંદ ગાંધી ગુજરાતના રાજકોટ રાજ્યના પ્રધાનમંત્રી હતા.

મોહનદાસ ગાંધીના પિતા કરમચંદ ગાંધીએ શાળાકીય શિક્ષા ફક્ત સાતમા દરજ્જા સુધી જ પ્રાપ્ત કરી હતી. એમનું શૈક્ષણિક જ્ઞાન સામાન્ય હતું તથા ઈતિહાસ અને ભૂગોળથી તેઓ અપરિચિત હતા. પરંતુ ખૂબ જ વ્યવહાર કુશળ હતા અને એમનું વ્યાવહારિક જ્ઞાન એટલા ઊંચા દરજ્જાનું હતું કે જટિલથી જટિલ, નાનામાં નાના પ્રશ્નોનું નિકાકરણ કરવા અથવા એક સાથે હજારો માણસથી કામ લેવામાં એમને રત્તી ભર પણ મુશ્કેલી થતી ન હતી. એમની ધાર્મિક શિક્ષા પણ ના બરાબર હતી. પરંતુ નિયમિત રૂપથી મંદિરમાં જવાથી, કથા પુરાણ સાંભળવાથી પ્રાપ્ત થવાવાળું સાધારણ જ્ઞાન એમને સહજ જ પ્રાપ્ત થઈ ગયું હતું. જીવનના અંતિમ દિવસોમાં તેઓ નિશ્ચિત રૂપથી ગીતાનો પાઠ સાંભળ્યા કરતા હતા અને પૂજાના સમયે શ્લોકોનો ઉચ્ચ સ્વરથી પાઠ કર્યા કરતા હતા.

પોતાના અનુભવો અને વ્યાવહારિક જ્ઞાનના બળ પર એમણે પ્રધાનમંત્રીની હેસિયતથી રાજકોટ રાજ્યનું શાસન પ્રબંધ એટલી કુશળતાથી સંચાલિત કર્યું હતું કે ના તો મહારાજા રાજકોટને ક્યારેય એમનાથી કોઈ ફરિયાદ થઈ અને ના પ્રજાને ક્યારેય કોઈ પ્રકારની ફરિયાદની તક મળી. પરંતુ એમની રાજ-ભક્તિ, પ્રજાપાલન અને રાજ્યમાં સર્વત્ર વ્યાપ્ત શાન્તિ, રાજ્યના પોલિટિકલ એજેન્ટ અને એના સ્ટાફની નજરોમાં કાંટાઓની જેમ ખટકતી રહેતી હતી.

એક વખત આસિસ્ટન્ટ પોલિટિકલ એજેન્ટે રાજકોટના મહારાજા પ્રત્યે અસન્માનજનક કેટલીક વાતો આવેશમાં આવીને કહી નાખી. પ્રધાનમંત્રી કરમચંદ ગાંધીને પોતાના રાજાનું અપમાન સહન ના થયું અને એમણે ખૂબ જ નિર્ભીકતાથી આસિસ્ટન્ટ પોલિટિકલ એજન્ટની વાતોનો વિરોધ કરતા એનાથી કહ્યું કે તે મહારાજની શાનની વિરુદ્ધ કશું ન કહે. અંગ્રેજ આસિસ્ટન્ટ પોલિટિકલ એજેન્ટ કરમચંદ ગાંધીની ભાવ ભંગિમા જોઈને ભડકી ઉઠ્યો અને એમને આદેશ આપ્યો કે તે ક્ષમા યાચના કરે. પરંતુ કરમચંદ ગાંધીએ ક્ષમા યાચના કરવાની ના કરતા કહ્યું - '*ક્ષમા તો તમારે માંગવી જોઈએ કેમ કે તમે મહારાજાનું અપમાન કર્યું છે.*" આ વાતથી ગુસ્સે થઈને આસિસ્ટન્ટ પોલિટિકલ એજન્ટે એમને જેલમાં બંધ કરાવી દીધા. પરંતુ તેઓ પોતાની વાત પર અડગ રહ્યાં.

થોડા કલાક પછી આસિસ્ટન્ટ પોલિટિકલ એજન્ટને પોતાની ભૂલનું ભાન થયું. એણે કરમચંદ ગાંધીને જેલમાંથી મુક્ત કરાવી દીધા. પિતાના ચરિત્રની આ વિશેષતાઓ મોહનદાસ ગાંધીને વારસામાં મળી હતી. મોહનદાસ ગાંધની માતા ખૂબ જ ધર્મ-પરાયણ સહજ તેમજ સરળ પ્રકૃતિની ભાવુક મહિલા હતી. તેઓ નિયમિત રૂપથી ભગવાન વિષ્ણુના મંદિરમાં જતી હતી. પૂજા પાઠ કર્યા વગર ભોજન કરતી ન હતી. દીન-દુઃખિઓની મદદ, દાન-પુણ્ય, વ્રત-ઉપવાસ, કથા-વાર્તા એમના જીવનના મહત્ત્વપૂર્ણ અને જરૂરી અંગ હતા. તેઓ સ્નેહ, શાંતિ અને અહિંસાની સાદર મૂર્તિ હતી.

વર્ષભરમાં ચાર મહીના (વરસાદના ચાર મહીના) વ્રત રાખવું એમનો નિયમ હતો, જે વર્ષોથી ચાલી આવી રહ્યો હતો. ભલે જ તેઓ કેટલીય પણ બીમાર કેમ ન હોય એક દિવસ માટે પણ વ્રત ભંગ કરતી ન હતી. ચાતુર્માસ વ્રતમાં દિવસ-રાત ચોવીસ કલાકોમાં ફક્ત એક વખત જ સૂર્યના દર્શન કર્યા પછી જ ભોજન કરવાનું વિધાન છે. એક વખત એમણે દરેક ત્રીજા દિવસે ભોજન કરવાનો નિયમ બનાવી લીધો. બે-ત્રણ દિવસ સુધી ઉપવાસ કરવા એમના માટે સામાન્ય વાત હતી. વર્ષાઋતુમાં હંમેશાં આકાશમાં વાદળો ઘેરાયેલા રહે છે અને ક્યારેક-ક્યારેક આખા દિવસ સુધી સૂર્યના દર્શન થતા ન હતા. જ્યારે સૂર્યના દર્શન ન થતાં તો તેઓ ભૂખી જ રહી જતી. મહાત્મા ગાંધીને લાંબા ઉપવાસ અને અનશન કરવાની

પ્રેરણા અને શક્તિ પોતાની માતાથી પ્રાપ્ત થઈ હતી. એ જ 'ઉપવાસ' અને 'અનશન' સમયાન્તરમાં એમના 'સત્યાગ્રહ વિચાર'ના સૌથી અસરકારક આયામ બન્યાં.

મોહનદાસ ગાંધીનો જન્મ અશ્વિન વદી દ્વાદશી સંવત ૧૯૨૫ એટલે કે ૨ ઑક્ટોબર, ૧૮૬૯ ઈ.સ.એ પોરબંદરમાં થયો હતો. પોરબંદરનું પ્રાચીન નામ સુદામાપુરી છે. સુદામાપુરીને ભગવાન કૃષ્ણએ પોતાના મિત્ર સુદામાના નામ પર વસાવ્યું હતું. એ યુગમાં સુદામા પુરીની ગણના ગુજરાતના સમૃદ્ધ નગરોમાં કરવામાં આવતી હતી. તે વેપારનું એક પ્રમુખ કેન્દ્ર હતું. મોહનદાસ ગાંધીનું બાળપણ પોરબંદરમાં જ વીત્યું. તે સાત વર્ષની ઉંમરમાં રાજકોટ આવી ગયા અને એમને એક પાઠશાળામાં ભરતી કરાવી દીધા. બાર વર્ષની ઉંમરમાં તેઓ હાઈસ્કૂલમા પહોંચી ગયા.

હાઈસ્કૂલથી પહેલા વર્ષની પરીક્ષાના સમયે એક મહત્ત્વપૂર્ણ ઘટના થઈ. શિક્ષા વિભાગના ઈન્સ્પેક્ટર મિસ્ટર જાઈલ્સ સ્કૂલના નિરીક્ષણ માટે આવ્યા. એમણે વિદ્યાર્થીઓએથી અંગ્રેજીમાં પાંચ શબ્દ લખાવ્યા. એમાંથી એક શબ્દ હતો 'કેટલ'. મોહનદાસે કેટલનો સ્પેલિંગ ખોટો લખ્યો. ક્લાસના શિક્ષકે એ જોઈને એમને ઈશારો કર્યો કે તે સામેવાળા છોકરાની સ્લેટ જોઈને સાચે-સાચું લખી લે. પરંતુ મોહનદાસ શિક્ષકનો ઈશારો ના સમજી શક્યા અને જો તે સમજી પણ જતા તો નકલ કરવાનું સાહસ એમનામાં ન હતું. એનું પરિણામ એ થયું કે ક્લાસમાં એકલા મોહનદાસ જ એવા વિદ્યાર્થી હતા, જેનો એક શબ્દ ખોટો હતો. આ ઘટના સ્પષ્ટ કરે છે કે ગાંધીજીના ચરિત્રમાં સત્યનિષ્ઠા પ્રારંભથી જ અંતર્નિહિત હતી.

બાળપણમાં મોહનદાસને ભણવા-લખવાનો વધારે શોખ ન હતો. કોર્સની પુસ્તકો સિવાય બીજી કોઈ પુસ્તક વાંચવામાં એમની ક્યારેય રુચિ નથી રહી. પરંતુ એક વખત એમના હાથમાં 'શ્રવણ-પિતૃ-ભક્તિ' નાટકની પુસ્તક લાગી ગઈ. એમણે એને ખૂબ મનથી અને ગંભીરતાથી વાંચી અને એ પુસ્તકથી એમના હૃદય પર ખૂબ ઊંડી અસર પડી. એમના મનમાં પોતાના માતા-પિતા પ્રત્યે શ્રદ્ધા અને ભાવના વધારે વધી ગઈ. એ જ દિવસોમાં એમણે 'સત્યવાદી હરિશ્ચંદ્ર' નાટક જોયું અને એ નાટકને જોઈને એમનામાં હજારો સંકટો સહન કરીને પણ સત્ય પર દૃઢ રહેવાની ભાવના પેદા થઈ. બાળપણમાં 'શ્રવણ-પિતૃ-ભક્તિ' અને 'સત્યવાદી હરિશચંદ્ર' નાટકો એમના માનસ પટલ પર જે પ્રભાવ અંકિત કર્યો હતો તે ગાંધીજી પર જીવનની અંતિમ શ્વાસ સુધી જળવાઈ રહ્યો.

મોહનદાસના સદ્‌વિચારો અને વ્યવહારથી એમના શિક્ષક એમનાથી ખૂબ જ પ્રભાવિત હતા. તેઓ એમને સ્નેહ કરતા હતા. જો કે તે ભણવા-લખવામાં વધારે તેજ ન હતા. એમની ગણના સ્કૂલના સામાન્ય વિદ્યાર્થીઓમાં કરવામાં આવતી હતી. છતાં પણ પોતાના આચરણ માટે એમને કેટલીય વખત ઈનામ મળ્યાં,

વિદ્યાર્થીવૃત્તિઓ પણ મળી. ગાંધીજી હંમેશાં એ જ પ્રયત્ન કરતા રહેતા હતા કે એમના શિક્ષકોને એમનાથી ફરિયાદની કોઈ તક ના મળે.

બાળક મોહનદાસનો વિચાર હતો કે શિક્ષાનો શારીરિક-શિક્ષા અર્થાત્ ખેલ-કૂદથી કોઈ સંબંધ નથી. આથી તે સ્કૂલમાં થવાવાળા ખેલ-કૂદોમાં બિલ્કુલ ભાગ લેતા ન હતા. પરંતુ એમના પ્રધાન શિક્ષક દોરાવજી એદલજીએ પ્રત્યેક વિદ્યાર્થીને ખેલ-કૂદમાં ભાગ લેવાનો નિયમ બનાવી લીધો હતો. પ્રધાન શિક્ષક ખૂબ જ અનુશાસન પ્રિય વ્યક્તિ હતા. જો કોઈ એમના આદેશની અવગણના કરી દેતું હતું તો એમના પર ખૂબ ગુસ્સો આવતો હતો. જ્યારે એમને જાણ થઈ કે મોહનદાસ ખેલ-કૂદમાં બિલ્કુલ રુચિ નથી લઈ રહ્યાં, તો એમણે ગાંધીજીની ત્યાં જ પર પિટાઈ કરી દીધી.

બાળપણમાં ખેલ-કૂદ પ્રત્યે આ અરુચિનું જ પરિણામ હતું કે મોહનદાસે ખેલ-કૂદમાં ક્યારેય દિલચસ્પી ના લીધી. આ પ્રકારે બાળપણમાં જ એમની એ ધારણા બની ગઈ કે ભણવા-લખવામાં સુલેખનું કોઈ મહત્ત્વ નથી. આથી એમણે સુલેખની તરફ કોઈ ધ્યાન ન આપ્યું. પરંતુ પછીથી એમણે પોતાની આ ધારણા માટે જીવન પર્યંત પશ્ચાતાપ રહ્યો, અને પરી તે ગંદી લિખાવટને અધૂરી શિક્ષાની નિશાની માનવા લાગ્યા.

એ દિવસોમાં ચૌથા ધોરણથી અંગ્રેજીની શિક્ષા આરંભ થતી હતી, પરંતુ મોહનદાસ અંગ્રેજી સમજી શકતા ન હતા. અંગ્રેજીમાં અભ્યાસ થવાને કારણે રેખાગણિત પણ એમની સમજમાં આવતું ન હતું. આથી તેઓ ક્યારેક-ક્યારેક નિરાશ થઈ જતા હતા અને એમને લાગવા લાગતું હતું કે તેઓ આગળ કશું પણ નહીં ભણી શકે. પરંતુ રેખાગણિતનો પરિશ્રમપૂર્વક અભ્યાસ કરવા પર એમને જાણ થઈ કે રેખાગણિત તો ખૂબ જ સરળ વિષય છે. એમાં રટવાની નહીં બલ્કે મગજ પર ભાર આપવાની જરૂર હોય છે. રટવાને કારણે જ એમને સંસ્કૃત પણ મુશ્કેલ લાગતી હતી. પરંતુ સંસ્કૃતના શિક્ષકના સ્નેહપૂર્ણ વ્યવહાર અને સંસ્કૃતનું જ્ઞાન પ્રાપ્ત કરવાની જરૂરિયાતના સંબંધમાં એમને જ્યારે સમજાવવામાં આવ્યું તો સંસ્કૃતિમાં એમની રુચિ પેદા થઈ.

એમણે પોતાની આત્મકથામાં લખ્યું છે - *'આજે મારી આત્મા પોતાના સંસ્કૃત શિક્ષક કૃષ્ણ શંકર પંડ્યાની કૃતજ્ઞ છે. કેમ કે મેં એ સમયે જેટલું સંસ્કૃત ભણ્યો હતો જો એટલું પણ ન ભણ્યો હોત તો આજે હું સંસ્કૃત શાસ્ત્રોનું જે રસાસ્વાદન કરી શકું છું, તે ન કરી શકતો. આજે મને પસ્તાવો થાય છે કે હું વધારે સંસ્કૃત ના ભણી શક્યો. કેમ કે આજે હું સમજી શક્યો છું કે કોઈ પણ હિન્દુ બાળકને સંસ્કૃતના અભ્યાસથી વંચિત ના રહેવું જોઈએ. એની સાથે જ મારો વિચાર છે કે ભારત વર્ષમાં ઉચ્ચ શિક્ષા ક્રમમાં પોતાની ભાષા સિવાય રાષ્ટ્ર ભાષા હિન્દી,*

સંસ્કૃત, અરબી, ફારસી અને અંગ્રેજીને પણ સ્થાન મળવું જોઈએ. આટલી ભાષાઓની ગણતરીથી કોઈએ ગભરાવવાની જરૂર નથી. જો ભાષાઓને ઢંગથી ભણાવવામાં આવે અને બધા વિષયોને અંગ્રેજીના માધ્યમથી વાંચવા-સમજવાનો ભાર વિદ્યાર્થીઓ પર ન નાખવામાં આવે તો આ તમામ ભાષાઓનો શિક્ષા ભાર ખબર નહીં પડે બલ્કે એને ભણવામાં વિદ્યાર્થીઓને રસ આવવા લાગ્યો. પછી જે એક ભાષાને શાસ્ત્રીય પદ્ધતિથી શીખી લે છે એના માટે બીજી ભાષાઓને શીખવામાં સરળતા થઈ જાય છે."

સંસ્કૃતનું જ્ઞાન હોવા છતાં ગાંધીજીએ હિન્દીને 'રાષ્ટ્રભાષા' તો બનાવી પરંતુ એમના સંસ્કૃતનિષ્ઠ સ્વરૂપને ક્યારેય સ્વીકાર ના કર્યું. તેઓ હિન્દીને ભારતના બધા ક્ષેત્રોના લોકોની વૈજ્ઞાનિક આદાન-પ્રદાનની ભાષાના રૂપમાં વિકસિત કરવા ઈચ્છતા હતા. આથી સ્વાધીનતા આંદોલનમાં સંપર્ક તેમજ સંપ્રેષણ નો આધાર દેવનાગરી હિન્દી બની, જેમાં બધી ક્ષેત્રીય ભાષાઓ શબ્દોની ભરમાર હતી. આધુનિક હિન્દી સાહિત્યનો વિકાસ અને સ્વાધીનતા આંદોલનની સાથે-સાથે ચાલ્યો. આથી ગાંધીજીના વિચારોને કારણે જ હિન્દીમાં બધી ભારતીય ભાષાઓના શબ્દોને અપનાવવાની પ્રવૃત્તિ પ્રચલનમાં આવી.

ગાંધીજીએ ઉર્દૂને ક્યારેય અલગ ભાષા ના માની કેમ કે એના અને હિન્દીના વ્યાકરણમાં સમાનતા છે. તે હિન્દ, ગુજરાતી અને સંસ્કૃતને એક જ ભાષાના અલગ-અલગ રૂપ માનતા હતા.

ગાંધીજી પોતાની

શિક્ષા

એ સમયે ગુજરાતમાં પરીક્ષાના બે કેન્દ્ર હતા- અમદાવાદ અને મુંબઈ. ગાંધીજીના પરિવારની આર્થિક સ્થિતિ એટલી સારી ન હતી કે તે પરીક્ષા આપવા માટે મુંબઈ જતા, આથી તે અમદાવાદ આવ્યા. આ એમની રાજકોટથી અમદાવાદ સુધીની પ્રથમ યાત્રા હતા. આ રીતે મેટ્રિક પાસ થઈ ગયા પછી જ્યારે આગળના અભ્યાસનો પ્રશ્ન ઉઠ્યો તો એમને મુંબઈના બદલે ભાવનગર કૉલેજમાં ભણવા માટે મોકલી દેવામાં આવ્યા.

મોહનદાસ ઈન્ટરમીડિએટના પ્રથમ વર્ષની પરીક્ષા આપીને પાછા ફર્યા,તો એમના પરિવારના જૂના મિત્ર અને સલાહકાર ભાવજી દવે એક દિવસ એમના ઘેર આવ્યા. ભાવજી દવે ખૂબ જ વિદ્વાન અને વ્યવહારકુશળ બ્રાહ્મણ હતા. પરિવારના લોકો એમનું ખૂબ જ સન્માન કરતા હતા અને એમની દરેક સલાહનો આદર કર્યા કરતા હતા.

એ સમય સુધી મોહનદાસના પિતા કરમચંદ ગાંધીનું દેહાવસાન થઈ ચુક્યું હતું. પરિવારના ભરણ-પોષણનો ભાર ગાંધીજીના મોટા ભાઈ પર હતો. ભાવજી દવે ગાંધીજીના પરિવારની આર્થિક સ્થિતિથી સારી રીતે પરિચિત હતા. આથી એમણે ગાંધઈજીની માતા અને મોટા ભાઈને સમજાવીને કહ્યું - *''હવે સમય બદલાઈ ગયો છે, ભણ્યા-ગણ્યા વગર કોઈ નથી પૂછતું, ભલે જ તમારી પાસે કેટલો પણ અનુભવ કેમ ના હોય. તમે ભાઈઓમાંથીથી કોઈને પિતાની ગાદી મેળવવી અશક્ય છે. મારી સલાહ છે કે મહોનદાસને આ વર્ષે વિદેશ મોકલી દેવામાં આવે. ત્રણ વર્ષમાં બેરિસ્ટર (વકીલ) બની જશે.''*

પછી એમણે મોહનદાસથી પૂછ્યું -"તને વિદેશ જવાનું પસંદ છે કે અહીંયા રહીને ભણવું છે?"

મોહનદાસ ભાવનગર કોલેજના અભ્યાસથી ખૂબ જ પરેશાન હતા કેમ કે લેક્ચરરોના વ્યાખ્યાન તે સમજી શકતા ન હતા. આથી એમણે જલ્દીથી કહી દીધું - "વિલાયત મોકલી દો તો સારું થશે. પરંતુ મોટા ભાઈ મુંઝવણમાં પડી જશે. પૈસાની વ્યવસ્થા કેવી રીતે થશે? પછી આ ઉંમરમાં આટલી દૂર કેવી રીતે મોકલી શકશે?"

માતાને એ પસંદ ન હતું કે એમનો પુત્ર સાત સમુદ્ર પાર આટલી દૂર ભણવા માટેજાય. એના સિવાય એમના મનમાં અનેક શંકાઓ હતી. એમણે સાંભળી રાખ્યું હતું કે વિદેશ જઈને નવજવાન બગડી જાય છે. માંસ ખાવા લાગે છે. દારૂ વિના જ્યાં જીવવાનું મુશ્કેલ છે અને સૌથી મોટું જોખમ એ હતું કે ત્યાં જઈને હિન્દુસ્તાની નવજુવાન ગોરી છોકરીઓની જાળમાં ફસાઈ જાય છે. મોહનદાસના લગ્ન પણ થઈ ચુક્યા હતા. તે થોડી હિચકિચાવા લાગી. પરંતુ મોહને જ્યારે એમનાથી પૂછ્યું તો એમણે પોતાના મનની બધી આશંકાઓ એમને બતાવી દીધી. ગાંધીજીએ કહ્યું - "માં, તું મારો વિશ્વાસ કર. હું ક્યારેય વિશ્વાસઘાત નહીં કરું. હું સોગંધ ખાઉં છું કે આ ત્રણેય વસ્તુઓથી દૂર રહીશ."

માતાએ કહ્યું - "મને તો પૂરે-પૂરો વિશ્વાસ છે, પરંતુ દૂર દેશમાં તારો કેવી રીતે નિર્વાહ થશે? મારી સમજમાં તો કશું આવતું નથી, હું વેચરજી સ્વામીથી પૂછીશ." "માં, જો એવું કોઈ જોખમ હોત તો ભાવજી આ સલાહ ક્યારેય ન આપતા.." ગાંધીજીએ માતાને આશ્વાસન આપવાનો પ્રયત્ન કર્યો.

ભાવજી દવેની જેમ જૈન સાધૂ વેચરજી પણ ગાંધી પરિવારના શુભચિંતક અને સલાહકાર હતા. માતાએ એમનાથી પૂછ્યું તો એમણે માતાને સમજાવતા કહ્યું - "તમે ચિન્તા ના કરો, હું મોહનદાસથી ત્રણ પ્રતિજ્ઞા કરાવી લઈશ. પછી એને વિદેશ મોકલવામાં કોઈ જોખમ નહીં રહે. મને વિશ્વાસ છે કે એક વખત પ્રતિજ્ઞા કર્યા પછી તે પ્રતિજ્ઞા ભંગ નહીં કરે." વેચર સ્વામીએ મોહનદાસથી ત્રણ પ્રતિજ્ઞાઓ કરાવી - "માંસ નહીં ખાઉં, દારૂને નહીં અડું અને સ્ત્રીઓથી દૂર રહીશ."પ્રતિજ્ઞા કર્યા પછી માતાએ એમને વિદેશ જવાની આજ્ઞા આપી દીધી.

ગાંધીજીના વિદેશ જવાના ઉપલક્ષ્યમાં હાઈસ્કૂલમાં વિદ્યાર્થીઓની એક સભા આયોજિત કરવામાં આવી. બધા લોકો આશ્ચર્યચકિત હતા કે રાજકોટનો એક યુવક વકીલાતની શિક્ષા પ્રાપ્ત કરવા ઈંગ્લેન્ડ જઈ રહ્યો છે. શિક્ષકોએ સભામાં ગાંધીજીની પ્રશંસા કરી અને એમને આશીર્વાદ આપતા પોતાની શુભકામનાઓ

વ્યક્ત કરી. પરંતુ જ્યારે મોહનદાસ ગાંધી આભાર પ્રદર્શન માટે ઊભા થયા તો ખૂબ જ મુશ્કેલીથી બે-ચાર શબ્દ જ કહી શક્યા. આ પ્રકારે કોઈ સભામાં બોલવાની આ એમની પ્રથમ તક હતી. એમનું માથું ચકરાવા લાગ્યું હતું અને શરીર ધ્રૂજી રહ્યું હતું. ભવિષ્યમાં આ જ મોહનદાસ એક એવા વક્તા બન્યા કે એમના ભાષણો સાંભળીને વિશ્વના સૌથી વ્યાપક આંદોલનના સૂત્રપાત થયા.

૧૯૧૩માં દક્ષિણ આફ્રીકામાં ગાંધીજી પોતાની ઑફિસની બહાર સહયોગીઓની સાથે

ઈંગ્લેન્ડ માટે પ્રસ્થાન

મોહનદાસ ૪, સપ્ટેમ્બર સન્ ૧૮૮૮એ મુંબઈ બંદરગાહથી ગ્રન્ડલે કંપનીના જહાજમાં ઈંગ્લેન્ડ તરફ ચાલી નિકળ્યા. જહાજમાં એમને સી-સિકનેસ અર્થાત્ સમુદ્ર યાત્રામાં થવાવાળી બીમારી તો ના થઈ પરંતુ તે ક્યારેક-ક્યારેક આ લાંબી યાત્રા વિશે વિચારીને પરેશાન થઈ ઉઠતા હતા, જે બે અઠવાડિયાથી પહેલાં સમાપ્ત થવાવાળી ન હતી.

સૌથી મોટી પરેશાની હતી, અંગ્રેજી બોલવાનો અભ્યાસ ન હોવો. ભાવનગરની કૉલેજમાં ભણતા-ભણતા પણ તે ગુજરાતીમાં જ આપસામાં વાતચીત કર્યા કરતા હતા. જ્યારે ક્યારેય અંગ્રેજી બોલવાની તક આવતી પણ હતી તો બે-ચાર વાક્યોથી વધારે બોલવાની ક્યારેય એમને જરૂર જ પડતી ન હતી આથી, એમણે જહાજના કર્મચારીઓથી વાતચીત કરવામાં ખુબ અસુવિધા થતી હતી. દરેક વાક્ય બોલવાથી પહેલાં મનમાં ને મનમાં બોલવું પડતું હતું. એ જહાજમાં રાજકોટના વકીલ મજુમદાર સિવાય અન્ય બધા યાત્રી અંગ્રેજ હતા. મજુમદાર પણ વકીલાતની ડિગ્રી લેવા ઈંગ્લેન્ડ જઈ રહ્યાં હતા. અંગ્રેજી યાત્રી મોહનથી બોલવાની ચેષ્ટા કરતા તો પહેલાં તો અંગ્રેજીમાં વાત જ મોહનની સમજમાં આવતી ન હતી અને જો તે સમજી પણ લેતા તો પોતાનો જવાબ સમજાવી શકતા ન હતા. આથી તે ચુપ રહી જતા હતા અને પોતાનો વધારેમાં વધારે સમય પોતાની કેબિનમાં જ વિતાવતા હતા.

એમને છરી-કાંટાથી ખાવાનું આવડતું ન હતું અને અંગ્રેજી ન બોલી શકવાને

કારણે તેઓ જહાજના ડાઈનિંગ હોલમાં કામ કરવાવાળા સ્ટુઅર્ટથી એ પૂછી શકતા ન હતા કે ભોજનમાં માંસની કઈ-કઈ વસ્તુ છે અથવા એવી કઈ વસ્તુ છે જેમાં માંસ ન હોય. આથી તે ડાઈનિંગ હૉલમાં ખાવાનું ખાવા આવતા ન હતા. જતાં સમયે માતાએ એમના માટે મિઠાઈઓ વગેરે બનાવ્યા હતા. બસ તે ભૂખ લાગવા પર એ જ મિઠાઈઓને ખાઈ લેતાં. જ્યારે ડેક પર ભીડભાડ ઓછી થઈ જતી તો તેઓ ડેક પર જઈને બેસી જતાં.

મોહનદાસના ઓછા બોલવાને કારણે વકીલ મજૂમદારે એમને અલ્પ ભાષી હોવાનું સમજી લીધું. એમણે મોહનદાસને સમજાવ્યું કે વકીલ તો ખૂબ વાતોડીયા હોવા જોઈએ અને કેમ કે અંગ્રેજી તમારી માતૃભાષા નથી આથી બોલતા સમયે ભૂલો થવી સ્વાભાવિક છે. છતાં પણ બોલવામાં સંકોચ ના કરવો જોઈએ.

જહાજના એક અંગ્રેજ યાત્રીએ એમનાથી વાતચીત કરવાની શરૂ કરી. એમના ઈંગ્લેન્ડ જવાના વિષયમાં પૂછ્યું, એમને પોતાના વિશે પૂછ્યું, ખાન-પાન વિશે પૂછ્યું. જ્યારે એને એ જાણ થઈ કે મોહનદાસ માંસ નથી ખાતા અને દારૂ નથી પીતા તો એને ખૂબ આશ્ચર્ય થયું. એણે કહ્યું, *''પોર્ટ સઈદ સુધી તો ખેર ગરમી રહે છે. માંસ ખાધા અને દારૂ પીધા વગર પણ ગુજારો થઈ શકે છે પરંતુ એના પછી જ્યારે જહાજ વિસ્કેની ખાડીમાં પહોંચશે અને કડાકાની ઠંડી પડશે, તો તારે પોતાના વિચાર બદલવા પડશે અને પછી ઈંગ્લેન્ડમાં તો એટલી ઠંડી પડે છે કે માંસ ખાધા વગર અને દારૂ પીધા વગર કામ નથી ચાલી શકતું.''*

મોહનદાસે કહ્યું - *''મેં તો સાંભળ્યું છે કે ત્યાં કેટલાક લોકો માંસ વગર પણ રહે છે.''* અંગ્રેજે કહ્યું - *''એ અસત્ય છે, મારા પરિચિતોમાં કોઈ પણ એવું નથી, જે શાકાહારી હોય. હું દારૂ પીવા માટે તમારા પર જોર નહીં નાખું પરંતુ માંસ તો તમારે અવશ્ય ખાવું પડશે.''* મોહનદાસે જવાબ આપ્યો- *''તમારી આ સલાહ માટે હું આભારી છું. પરંતુ મેં પોતાની માતાથી પ્રતિજ્ઞા કરી હતી કે હું માંસ નહીં ખાઉં. જો માંસ ખાધા વગર ના રહેવાયું તો હું પાછો ભારત આવી જઈશ.''* ખેર, વિસ્કેની ખાડી આવી ગઈ. કડાકાની ઠંડી પડવા લાગી. પરંતુ મોહનદાસને ના તો માંસ ખાવાની જરૂરિયાત અનુભવ થઈ અને ના દારૂ પીવાની.

સુખ-દુઃખ સહેતા કોઈ પ્રકારે યાત્રા પુરી થઈ. જહાજ સાઉથમ્પટન બંદરગાહ પર પહોંચીને રોકાઈ ગયું. મોહનદાસ જહાજ પર કાળા રંગના કપડાં પહેર્યા કરતા હતા. પરંતુ એ વિચારીને કે સફેદ કપડાં સારા લાગશે, એમણે સફેદ ફલાલેનનો સૂટ પહેરી લીધો, જે એમના મિત્રઓએ એમને બનાવીને આપ્યો હતો. સપ્ટેમ્બરના છેલ્લાં દિવસો હતો. ખૂબ જ ઠંડી પડી રહી હતી. એ શૂટમાં એમને ઠંડક લાગવા લાગી. પછી ઠંડીનું વાતાવરણ હોવાને કારણે સફેદ શૂટ

વાતાવરણ વિરુદ્ધ પણ હતો પરંતુ એણે પોતાનો ઓવરકોટ સુધી કાઢ્યા વગર પોતાના સંદૂકની ચાવીઓ ગ્રિન્ડલે કંપનીના એજન્ટને આપી દીધી હતી. બીજા દિવસે રવિવાર હતો આથી સામાન મળવાની સંભાવના સોમવારે હતી. સોમવાર સુધી મોહનદાસ ગાંધીને એ જ સૂટ પહેરીને રહેવું પડ્યું.

તે વકીલ મજુમદારની સાથે વિક્ટોરિયા હોટલમાં ચાલ્યા ગયા. વિક્ટોરિયા હોટલ ખૂબ જ મોંઘી હોટલ હતી. એમની સાથે માલ્ટાથી એક સિન્ધી સજ્જને યાત્રા કરી હતી. તે લંડનથી સારી રીતે પરિચિત હતા. એમણે મોહનદાસ અને વકીલ મજુમદાર માટે બે રૂમની વ્યવસ્થા કરી દીધી. જ્યારે તેઓ બંને એ હોટલથી એ રૂમમાં જવા લાગ્યા તો ગાંધીજીને બિલ પેમેન્ટ કરતા ખૂબ જ દુઃખ થયું. ત્રણ પાઉન્ડ આપીને પણ તે ભૂખ્યાં જ રહ્યાં હતા. ઘેરથી ખાવાની જે વસ્તુઓ લઈને આવ્યા હતા એના પર જ ગુજારો કરવો પડતો હતો. એ રૂમમાં આવીને પણ ગાંધીજીની પરેશાની દૂર ના થઈ. ત્યાંના લોકો નિરાળા હતા, મકાન નિરાળા હતા. લોકોનું રહેન-સહેન અને રહેવાનો ઢંગ પણ અનોખો હતો. મોહનદાસને જાણ જ થઈ શકતી ન હતી કે કઈ વાત શિષ્ટાચારની વિરુદ્ધ છે.

જ્યારે તેઓ રાજકોટથી રવાના થયા હતા, એમની પાસે ચાર પરિચયપત્ર હતા. એક હતું ડૉક્ટર પ્રાણ જીવન મહેતાના નામે, બીજું દલપતરાય શુક્લના નામે, ત્રીજું પ્રિન્સ રણજીતસિંહના નામે અને ચોથું દાદાભાઈ નૌરોજીના નામે. એમાં ડૉક્ટર પ્રાણ જીવન મહેતાથી જ ગાંધીજી પરિચિત હતા. એમણે જ્યારે ઈંગ્લેન્ડમાં પોતાના આવવાની સૂચના એમને તાર દ્વારા આપી તો ડૉક્ટર મહેતા સાઉથમ્પટન ચાલ્યા ગયા. વાતોવાતોમાં મોહનદાસે એમની રેશમી રેસાવાળી ટોપી ઉઠાવી લીધી. એને જોઈ અને પછી એના પર ઉલ્ટો હાથ ફેરવવા લાગ્યા. ટોપીના રૂવાડાં સીધા ઉભા થઈ ગયા.

આ જોઈને ડૉક્ટર મહેતાએ એમને રોકતા કહ્યું કે અહીંયાની પરમ્પરા છે કે કોઈ માણસ પૂછ્યા વગર કોઈ નજીકના સંબંધીની કોઈ વસ્તુને સ્પર્શી નથી શકતો અને ના પરિચિત હોવા પર ભારતવર્ષની જેમ એ પૂછે ખે તે શું કરે છે, કેટલી કમાણી છે, ઉંમર કેટલી છે, પરિવારમાં કોણ કોણ છે. ઊંચા અવાજમાં વાત કરવી અશિષ્ટતાની નિશાની સમજવામાં આવે છે. ભારતમાં દરેક અંગ્રેજને ભારતીય સર કહીને સંબોધિત કરે છે. પરંતુ ઈંગ્લેન્ડમાં કાં તો નોકર માલિકને સર કહે છે અથવા પછી ઑફિસોમાં કામ કરવાવાળા કર્મચારી પોતાના વરિષ્ઠ ઑફિસરોને સર કહે છે. ખાવા-પીવાની પરેજ હોવાને કારણે મોહનદાસ જે વસ્તુઓને ખાઈ શકતા હતા, તે એમને બે-સ્વાદ માલૂમ પડતી હતી. દરેક સમયે ઘરની યાદ સતાવતી રહેતી હતી. જીવ ઈચ્છતો હતો કે ભારત પાછા ચાલ્યા જાય. ઈંગ્લેન્ડમાં ત્રણ વર્ષ વિતાવવાની કલ્પનાથી જ એમનો જીવ ગભરાઈ ઉઠતો હતો.

ગાંધીજી લૉર્ડ પેથિક લૉરેન્સની સાથે

સત્ય પર આસ્થા

મોહનદાસ ગાંધીના જ્યારે લગ્ન થયા, તેમની ઉંમર તેર વર્ષ હતી. એ સમયે તેઓ હાઈસ્કૂલમાં ભણી રહ્યાં હતા. એ દિવસોમાં નાની ઉંમરમાં જ છોકરા-છોકરીઓના લગ્ન કરી દેવાનો રિવાજ હતો. એ સમજ્યા-વિચાર્યા વગર કે લગ્ન પછી છોકરો ઢંગથી ભણી શકશે કે નહીં એમને ગૃહસ્થ જીવનમાં ધકેલી દેતા હતા. આ આમ ધારણા હતી કે અભ્યાસ પછી લગ્ન બંનેની સાથે-સાથે ચાલી શકે છે.

એ જ દિવસોમાં એક દુઃખદ ઘટનાનું ગાંધીજીએ પોતાની આત્મકથામાં ખૂબ વિસ્તારથી વર્ણન કર્યું છે. એક વ્યક્તિની મિત્રતા પહેલાં એમના વચ્ચેના ભાઈની સાથે હતી, તે એમની સાથે જ ભણતો હતો. એનામાં અનેક બુરાઈઓ હતી. તે બદનામ પણ ખૂબ જ હતો. માં, મોટા ભાઈ અને પત્નીએ એમને સમજાવ્યું કે તે એ બદનામ અને ચરિત્રહીન છોકરાનો સાથ છોડી દે. પરંતુ મોહનને ન જાણે કેમ એવું લાગતું હતું કે જો સંસારમાં એમનો કોઈ સાચ્ચો મિત્ર છે, તો એ જ છોકરો છે.

જ્યારે ઘરના બધા લોકોએ મોહનદાસ પર એ છોકરાનો સાથ છોડી દેવા માટે દબાણ નાંખ્યું તો એમણે કહ્યું, ''તમે એમાં જે બુરાઈઓ છે એ જ બતાવો છો, હું એનાથી પરિચિત છું. પરંતુ તમે ફક્ત એની બુરાઈઓથી પરિચિત છો, એના ગુણોને નથી જાણતા. તે મને ખોટા રસ્તા પર નથી લઈ જઈ શકતો કેમ કે મેં એનો સાથ એને સુધારવાના ઈરાદાથી કર્યો છે. મને વિશ્વાસ છે કે હું એને

સુધારીને યોગ્ય રસ્તા પર લઈ આવીશ." પરંતુ મોહનદાસનું અનુમાન ખોટું નિકળ્યું. મિત્રતા સમાન ગુણ અને શીલવાળાઓમાં જ નિભાય છે અને સારી લાગે છે.

જે દિવસોમાં એ છોકરાની સાથે મોહનદાસની મિત્રતા થઈ, ત્યારે રાજકોટમાં સુધારવાદી લહેર ચાલી રહી હતી. એ મિત્રએ એમને બતાવ્યું કે સ્કૂલથી ઘણા બધા હિન્દૂ અધ્યાપક પણ ચોરી છુપાઈને માંસ-દારૂનું સેવન કરવા લાગ્યા છે. એણે હાઈસ્કૂલના કેટલાય વિદ્યાર્થીઓ અને નગરના પ્રસિદ્ધ વ્યક્તિઓના નામ પણ બતાવ્યા. એનાથી મોહનદાસને જેટલું આશ્ચર્ય થયું, એટલા તેઓ દુઃખી પણ થયા.

મોહનદાસનું શરીર દુબળુ-પાતળું હતું. વ્યાયામ અને ખેલકૂદથી દૂર રહેવાને કારણે શરીરમાં એટલી શક્તિ પણ ન હતી. એ છોકરાએ એમને દલીલ કરી કે ભારતવાસી કેમ કે માંસ નથી ખાતા આથી શારીરિક રૂપથી કમજોર રહે છે. વિશેષ રૂપથી હિન્દુઓની દુર્બળતાનું આ જ એકમાત્ર કારણ છે. અંગ્રેજ ફક્ત એથી આપણા પર શાસન કરી રહ્યાં છે, કેમ કે તેઓ માંસ ખાય છે અને હું ખુદ કેટલો હૃષ્ટ-પુષ્ટ અને શક્તિશાળી છું કેમ કે હું માંસ ખાઉં છું. જો તેં માંસ ખાવાનું શરૂ કરી દીધું તો તું પણ મારી જેમ હટ્ટો-કટ્ટો અને શક્તિશાળી બની જઈશ.

વચલા ભાઈ માંસ ખાવા લાગ્યા હતા આથી એમણે પણ પોતાના મિત્રની દલીલોનું સમર્થન કર્યું. મોહને વચલા ભાઈ અને એના મિત્રના હટ્ટા-કટ્ટા અને શક્તિશાળી શરીરને જોઈને, એમના સાહસ-પરાક્રમ, દોડવાની ગતિ, ખેલકૂદમાં પ્રવીણતા, માર સહન કરવાની શક્તિ વગેરે જોઈને ગાંધીજીના મનમાં પણ માંસ ખાવા પ્રત્યે મોહ પેદા થઈ ગયો. એમણે વિચાર્યું કે માંસ ખાવાથી તેઓ પણ હટ્ટા-કટ્ટા અને મજબૂત બની શકશે.

મોહનદાસ ગાંધીના માતા-પિતા વૈષ્ણવ હતા. જો એમને એ જાણ થઈ જતી કે એમનો પુત્ર માંસ ખાવા લાગ્યા છે, તો તેઓ બેમોત જ મરી જતા. બાળપણથી જ ગાંધીજીમાં માતૃ-પિતૃ ભક્તિ અને સત્ય પ્રત્યે ઊંડી આસ્થા હતી. તેઓ જાણતા હતા કે જો માતા-પિતાને આ વાતની જાણ થઈ તો તેઓ જૂઠું નહીં બોલી શકે. પરંતુ એમના પર તો પોતાના શરીરને શક્તિશાળી બનાવવાની ધુન સવાર થઈ ગઈ હતી. તેઓ તો સાહસિક અને નિર્ભીક બનવા ઈચ્છતા હતા.

એમને ચોર, ભૂત-પ્રેત અને સાપથી ખૂબ ડર લાગતો હતો. રાત્રે એકલા જવાનું તેઓ સાહસ કરી શકતા ન હતા. એમને વિશ્વાસ હતો કે માંસ ખાવા પર એમને આ ભયથી મુક્તિ મળી ઝશે. એમનો તે મિત્ર પણ કહ્યાં કરતો હતો કે ફક્ત માંસ ખાવાથી જ એનામાં શક્તિ અને સાહસ આવી ગયું છે કે તે ખુદ નાગને પલક ઝબકાવતાં જ પકડી શકે છે. એને ચોરોથી બિલ્કુલ ડર નથી લાગતો અને તે ના તો ભૂત-પ્રેતને માને છે.

એક દિવસે એ મિત્રએ માંસ પકાવ્યું. ડબલ રોટલી બજારથી ખરીદી લીધી અને તેઓ બંને નદી કિનારે એવી જગ્યાએ ચાલ્યા ગયા, જ્યાં કોઈના આવવાની શક્યતા ન હતી. ગાંધીજીએ માંસ ખાધુ, તો એવું લાગ્યું જાણે તે ચામડું ખાઈ રહ્યાં હોય. એમને ઉલ્ટી આવવા લાગી એમણે ખાવાનું વચ્ચે જ છોડી દીધું.

ગાંધીજી પોતાની આત્મકથામાં લખે છે - *મારી તે રાત ખૂબ બેચેનીથી કપાઈ. કોઈ પ્રકારે ઊંઘ આવી રહી ન હતી. ઝબકી આવી જતી, તો એવું લાગતું જાણે તે બકરો મારા શરીરની અંદર જીવિત છે અને મેં-મેં કરી રહ્યો છે. હું ચોંકી ઉઠતો અને પસ્તાતો. પરંતુ પછી વિચારતો કે માંસ ખાધા વગર તો શક્તિ જ નથી. આ રીતે હિમ્મત હારવાથી કામ નહીં ચાલે. માંસ ખાવું જરૂરી કર્તવ્ય છે. મારે હિમ્મતથી કામ લેવું જોઈએ.*

મોહનદાસના મિત્ર પણ હાર માનવાવાળા ન હતા. એમણે માંસને કેટલાય પ્રકારથી પકાવ્યું. એક બાવર્ચીથી સાંઠ-ગાંઠ કરી લીધી અને નદી કિનારે બજારૂ રાજકોટ રાજ્યના એક ભવનમાં લઈ જવાની વ્યવસ્થા કરી લીધી. એ ભવનના ડાઈનિંગ હોલ અને ટેબલ ખુરશીના ઠાઠ-બાટે એમને લોભાવી લીધા.

આ રીતના શાનદાર કાર્યક્રમથી મોહનદાસના મનમાં માંસ પ્રત્યે ઘૃણા સમાપ્ત થઈ ગઈ. માંસ સ્વાદિષ્ટ લાગવા લાગ્યું. પરંતુ વર્ષ ભરમાં ફક્ત પાંચ-છ વખત જ માંસ ખાવાની તક મળી કેમ કે વારંવાર રાજભવનમાં વ્યવસ્થા થવી મુશ્કેલ હતી. પછી સ્વાદિષ્ટ માંસ પકાવવા માટે વધારે પૈસાની જરૂર પડતી હતી, જ્યારે કે મોહનદાસનું ખિસ્સુ હંમેશાં ખાલી રહેતું હતું. એ મિત્રને જ આખો ખર્ચ વહન કરવો પડતો કેમ કે તે પહેલાં પોતાની પાસેથી માંસ ખવડાવીને મોહનદાસને માંસ ખાવાની ટેવ નાંખીને એમને હંમેશાં માટે પોતાની ચંગુલમાં લેવા ઈચ્છતો હતો. જેથી પછી જિંદગીભર મફતમાં ખાતો-પીતો રહે.

મોહનદાસ જ્યારે પણ માંસ ખાઈને ઘેર પાછા ફરતા તો એમણે જૂઠ્ઠું બોલવું પડતું હતું - "*ભૂખ નથી.*" અપચો થઈ ગયો છે પરંતુ બહાનું બનાવતા સમયે એમના મનને ઠેસ લાગતી. માતાની સામે જૂઠ્ઠું બોલતા એમનો આત્મા કાંપી ઉઠતો. હૃદય કાંપી ઉઠતું. જો માતાને ખબર પડી ગઈ કે એમનો પુત્ર માંસાહારી બની ગયો છે તો એમના પર પહાડ આવી પડશે. કેટલાય દિવસ સતત માનસિક સંઘર્ષ પછી મોહનદાસ ગાંધીએ નિશ્ચય કર્યો કે ભવિષ્યમાં માંસ નહીં ખાય અને પછી એ દિવસ પછી એમણે જીવનમાં ક્યારેય માંસ ખાધું પણ નહીં. ગાંધીજીએ માંસાહાર તો છોડી દીધો પરંતુ એ છોકરાની સાથે મિત્રતાના સંબંધ એમ ને એમ જળવાઈ રહ્યાં.

મોહનદાસના આ વર્તનથી એમની પત્નીને ખૂબ દુ:ખ થતું હતું તે પત્નીની સતત ઉપેક્ષા કરતા જઈ રહ્યાં હતા. પતિ-પત્નીના સંબંધોમાં તિરાડ પડવાનું શરૂ

થઈ ગયું હતું.

મોહનદાસના એક સંબંધી સિગારેટ પીધા કરતા હતા. એમના કાકાજીને પણ સિગારેટ પીવાની આદત હતી. એ લોકોને સિગારેટ પીતા જોઈ મોહનદાસ અને એમના વચ્ચેના ભાઈને પણ ધુમાડો ઉડાવવાનો શોખ થઈ ગયો. તે બંને સિગારેટના સળગેલા ટુકડા એકઠા કરીને લેતા અને એને પીતા. અંતમાં તેઓ નોકરોના ખિસ્સામાંથી પૈસા ચોરીને સિગારેટ પીવા લાગ્યા. જ્યારે નોકરોના ખિસ્સામાં પૈસા ચોરાઈ ન શકાયા તો એમણે નિશ્ચય કરી લીધો કે જે જિંદગીમાં આટલા અભાવ અને વિવશતાઓ છે, એને સમાપ્ત કરી દેવી જ યોગ્ય છે. એમને ખબર પડી કે ધતૂરાના બીજ ખાવાથી માણસ મરી જાય છે. તેઓ જંગલથી ધતૂરાના બીજ શોધીને લઈ આવ્યા. સાંજે આત્મહત્ય કરવાનો નિશ્ચય કર્યો.

બંને ભાઈઓએ આત્મહત્યા કરવાનો સમય સાંજે નિશ્ચિત કર્યો. બંને કેદારજીના મંદિરમાં ગયા. મંદિરમાં સળગતા દીવાઓમાં ઘી ચઢાવ્યું. ભગવાનના દર્શન કર્યા અને એકાંતમાં ચાલ્યા ગયા, પરંતુ આત્મહત્યા કરવાનું સાહસ ના થયું. તેઓ વિચારવા લાગ્યા, જો ધતૂરો ખાતા જ મૃત્યુ ન થયું તો શું થશે? આ રીતે મરવાથી શું લાભ થશે? ખૂબ હિમ્મત કરીને ધતૂરાના બે-ચાર બીજ ખાધા પરંતુ વધારે ના ખાઈ શક્યા. બંને ભાઈએ નિશ્ચિત કર્યું કે આત્મહત્યા કરવાથી કોઈ લાભ નથી. એમણે રામજીના મંદિરમાં દર્શન કર્યા અને ઘેર પાછા ફર્યા.

મોહનના વચલા ભાઈ પર પોતાના એ મિત્રના ચક્કરમાં પચ્ચીસ રૂપિયા દેવું થઈ ગયું હતું. આટલા રૂપિયા ચુકવવાનું કોઈ માધ્યમ ન હતું. ખૂબ વિચાર્યા પછી બંને ભાઈઓએ નિશ્ચય કર્યો કે એમના ભાઈના હાથમાં જે સોનાનું કડું છે, એમાંથી થોડું એવું કાપીને બજારમાં વેચી દેવામાં આવે અને દેવાની રકમ ચૂકવી દેવામાં આવે. એમણે એવું જ કર્યું, કડું કાપીને દેવું ચુકવી દીધું. પરંતુ આ ઘટનાએ મોહનદાસની આત્માને હલાવી દીધી અને એમને ખરાબ રીતે ઝંઝોળી નાખ્યા. એમણે નિશ્ચય કરી લીધો કે *"હું હવે ભવિષ્યમાં ક્યારેય ચોરી નહીં કરું. અને મને આ ચોરીને પિતાજીની સામે સ્વીકાર કરી લેવી જોઈએ."* પરંતુ જીભ ખુલવી મુશ્કેલ હતી. એમના પિતાજીએ પોતાના બાળકોને ક્યારેય પણ માર્યા કે પીટ્યા ન હતા. આથી મોહનદાસને એ ડર ન હતો કે પિતાજી મારશે, પરંતુ એમના દુઃખી થવા અને હાય તોબા કરવાનો ડર અવશ્ય હતો. ખૂબ સમજ્યા-વિચાર્યા પછી એમણે એ નિશ્ચિત કર્યું કે આ જોખમને ઉઠાવીને પોતાનો દોષ સ્વીકાર કરી લેવો જોઈએ. જો એમણે પોતાનો દોષ સ્વીકાર ના કર્યો તો આત્મા પર પડેલો ભાર હટશે નહીં.

સારી રીતે સમજ્યા-વિચાર્યા પછી એમણે નિશ્ચય કરી લીધો કે પત્ર લખીને પોતાનો દોષ સ્વીકાર કરીને ક્ષમા યાચના કરી લેવી જોઈએ. એમણે પોતાના અપરાધને સ્વીકાર કરીને પિતાથી આગ્રહ કર્યો કે આ અપરાધ માટે એમને સુયોગ્ય દંડ આપવામાં આવે. એમણે પ્રતિજ્ઞા લીધી કે ભવિષ્યમાં એવો અપરાધ ફરી નહીં કરે.

એમણે ધ્રૂજતા હાથોથી પત્ર પિતાને આપી દીધો અને એમની સામે જ એક તખ્ત પર બેસી ગયા. એ દિવસોમાં એમના પિતા ભગંદરના રોગથી પરેશાન હતા. એમણે પત્ર વાંચ્યો. વાંચતા-વાંચતા એમની આંખોમાંથી આંસૂ વહેવા લાગ્યા અને પત્ર આંસુઓમાં ભીગાઈ ગયો. એમણે પત્ર ફાડી નાખ્યો અને પથારી પર ફરીથી સૂઈ ગયા.

પિતાને દુ:ખી જોઈને મોહનદાસ પણ રોઈ પડ્યાં. એમણે તો વિચારી રાખ્યું હતું કે પિતાજી નારાજ થશે તો ગુસ્સો કરશો-ફટકારશે, પરંતુ એમણે એક શબ્દ પણ ના કહ્યો. આ રીતે પત્ર વાંચીને સૂઈ ગયા, જાણે પત્રમાં કોઈ મહત્ત્વપૂર્ણ વાત ન હોય. કદાચ મોહનદાસ દ્વારા પોતાનો અપરાધ સ્વીકાર કરી લેવાનું જ આ પરિણામ હતું. એનાથી પોતાના પુત્ર પ્રત્યે એમનો સ્નેહ વધારે વધી ગયો.

રાજકોટ રાજ્યના પ્રધાનમંત્રી હોવાના કારણે મોહનદાસના પિતાજીને સમાજમાં વિશિષ્ટ સ્થાન પ્રાપ્ત હતું. દરેક ધર્મના વિદ્વાન, આચાર્યો, સંત-મહાત્મા એમના ઘેર આવતા રહેતા હતા. તેઓ વૈષ્ણવ હતા, જૈન ધર્મના આચાર્યોનું પણ યથાયોગ્ય સન્માન કરતા હતા. એમના મિત્ર મુસલમાન અને પારસી પણ હતા, તે લોકો પોત-પોતાના ધર્મ વિશે એમને હંમેશાં મહત્ત્વપૂર્ણ વાતો સંભળાવ્યા કરતા હતા. એ લોકોના સ્વાગત સત્કાર કરવા માટે મોહનદાસને એમની પાસે રહેવું પડતું હતું. તેઓ વિભિન્ન ધર્મોના વિદ્વાનોની વાતો ખૂબ ધ્યાનથી સાંભળતા રહેતા હતા. એ વાતોનો મોહનદાસના કિશોર મન પર ઊંડો પ્રભાવ પડ્યો. એ જ નાની એવી ઉંમરમાં તે બધા ધર્મોને સમાન આંખથી જોવા અને સમાન રૂપથી આદર કરવા લાગ્યા. ઈશ્વર પ્રત્યે એમના મનમાં જે આસ્થા હતી તે ઓર વધારે ઊંડી થઈ ગઈ. સત્ય પ્રત્યે વિશ્વાસ અને દૃઢતા વધતી ચાલી ગઈ.

આ જ કારણ હતું કે ગાંધીજીએ જીવનભર સંસારના સમસ્ત ધર્મોને એક જેવો માન્યો. જાતિ અને ધર્મના સંકીર્ણ દાયરાઓથી નિકળીને વિશ્વને સીમાહીન માનવતાના વિસ્તૃત મંચ પર લાવવાની ચેષ્ટા કરી. એમની નજરમાં જાતિભેદ, રંગભેદ વગેરે એ બધી વસ્તુઓ માટે કોઈ સ્થાન ન હતું, જે માનવ અને માનવની વચ્ચે દીવાલ ઉભી કરતી કે એમની વચ્ચે તિરાડો ઉભી કરતી.

ભારતીય ગણરાજ્યની મૂળાધાર ધર્મ નિરપેક્ષતા હકીકતમાં ગાંધીજીની જ

દેણ છે. તે કહ્યાં કરતા હતા - *"મને એ દિવસે પ્રસન્નતા થશે, જ્યારે હું ભારતના રાષ્ટ્રપતિના આસન પર કોઈ હરિજનને બેસતો જોઈશ."*

વીસમી સદીના પ્રારંભ સુધી ભારતમાં વર્ણ વ્યવસ્થા વિકરાળ રૂપ ધારણ કરી ચુકી હતી. શૂદ્ર 'અછૂત' માનવામાં આવતા હતા. સામાન્ય સમાજથી અલગ હતા. તેઓ કેટલાક વિશેષ કાર્ય જ કરી શકતા હતા, જેને કરવા બીજા વર્ષોના વ્યક્તિઓ માટે વર્જિત હતું. શૂદ્રોને અનાદરની સાથે સંબોધિત કરવામાં આવતા હતા. ગાંધીજીએ એ બધાને એક નામ આપ્યું - 'હરિજન' અર્થાત્ ભગવાનના જન. તે જીવનભર હરિજનોના ઉદ્ધાર, વિકાસ અને કલ્યાણ માટે કાર્ય કરતાં રહ્યાં. એમણે હરિજન સમાચાર પત્ર નિકાળ્યું. જેમાં હરિજનોની સમસ્યાઓ પર સંપાદકીય લેખ લ ખતા હતા. એમણે અખિલ ભારતીય હરિજન સેવક સંઘની સ્થાપના કરી, જેના કાર્યકર્તા મોટાભાગે બ્રાહ્મણ તથા અન્ય ઉચ્ચ સ્તરીય જાતિઓના લોકો છે.

હકીકતમાં 'સર્વધર્મ સમભાવે' જ ગાંધીજીને એ સમ્યક્ દૃષ્ટિ પ્રદાન કરી હતી, જેનાથી હરિજનોની મૂળ સમસ્યાઓ અને બ્રિટિશ શાસકો દ્વારા દેશમાં ફેલાયેલા સાંપ્રદાયિકતાના ઝેરીલા સાગરની ઊંડાઈમાં જોવાની શક્તિ આપી.

ઈંગ્લેન્ડ : એક નવું વાતાવરણ

ઈંગ્લેન્ડ પહોંચતા જ મોહનદાસે ડૉક્ટર પ્રાણ જીવન મહેતાને પત્ર દ્વારા પોતાના આવવાની સૂચના આપી દીધી હતી. ડૉક્ટર મહેતાએ એમના રહેવાની વ્યવસ્થા પોતાના એક મિત્રને ત્યાં કરાવી દીધી. મોહનદાસ ડૉક્ટર મહેતાના એ અંગ્રેજ મિત્રના ઘરમાં પેઈંગગેસ્ટના રૂપમાં રહેતા હતા. એ ઘરમાં રહેવામાં તો મોહનદાસને કોઈ પ્રકારની કોઈ અસુવિધા ન હતી પરંતુ ભોજનની સમસ્યા અવશ્ય હતી. મરચાં-મસાલા વગરનું શાક એમને પસંદ ન હતું. આથી તે ભરપેટ ભોજન કરી શકતા ન હતા. સવારે તો તેઓ ભરપેટ જવના દળિયા ખાઈ લીધા કરતાં હતા પરંતુ બપોર અને રાત્રે હંમેશાં ભૂખ્યા જ રહી જવું પડતું હતું.

ડૉક્ટર મહેતાના અંગ્રેજ મિત્ર એમને રોજ માંસ ખાવાની સલાહ આપતા રહેતા. પરંતુ જેમ-જેમ તે માંસાહાર પર જોર આપતા ગયા, મોહનદાસની માંસ ન ખાવાની પ્રતિજ્ઞા દૃઢ થતી ચાલી ગઈ. અંતમાં જ્યારે મોહનદાસે પોતાની પ્રતિજ્ઞાની વાત એમને બતાવી તો એના પછી એમણે ગાંધીજીને માંસ ખાવા વિશે કશું પણ ના કહ્યું. તેઓ દારૂ અને સિગારેટ પણ પિતા હતા પરંતુ એમણે ફરી ક્યારેય મોહનદાસને સિગારેટ અને દારૂ પીવાનો આગ્રહ પણ ના કર્યો.

ઈંગ્લેન્ડમાં રહેવાવાળા મોહનદાસના મિત્રો અને પરિચિતોને એ વાતની ચિંતા રહેતી હતી કે જો મોહનદાસે માંસ ખાધું અને દારૂ તથા સિગારેટ પીવાનું આરંભ

ના કર્યું તો તેઓ શારીરિક દષ્ટિથી કમજોર થઈ જશે અને ના અહીંયાના સમાજમાં હળી-મળી શકશે. એના કારણે એમનું ઇંગ્લેન્ડમાં રહેવાનું મુશ્કેલ થઈ જશે.

અંગ્રેજી સભ્યતા અને શિષ્ટાચાર શીખવા માટે મોહનદાસે કેટલીય પુસ્તકો અને પત્રિકાઓનો અભ્યાસ કર્યો. લોકો એમને અસભ્ય અને જંગલી ન સમજે, આથી એમણે 'આર્મી એન્ડ નવી સ્ટોર'માં કપડાં સિવડાવ્યાં. નવી ટોપી ખરીદી. વાળ કપાવ્યા. સોનાની ચેનવાળી ઘડીયાળ ખરીદી. ટાઈ બાંધવાનું શીખ્યું.

પરંતુ ફક્ત પોશાક પહેરવાથી જ કોઈ સભ્ય નથી થઈ જતું. સભ્ય સમાજમાં સામેલ થવા માટે નાચવાનું શીખ્યા, ફ્રેંચ ભાષા શીખી. વાયોલિન ખરીદ્યું પરંતુ એમણે ખૂબ જલ્દી જ એ અનુભવ કરી લીધો કે બધી વાતો વ્યર્થ છે - *''હું તો વિદ્યાર્થી છું. ઇંગ્લેન્ડમાં ફક્ત વિદ્યા પ્રાપ્ત કરવા આવ્યો છું. અહીંયા પૂરી જિંદગી થોડી જ વિતાવવાની છે. લચ્છેદાર ભાષણ આપીને કે નાચ-ગીત શીખીને કેવી રીતે સભ્ય બની શકું છું. વાયોલિન તો દેશમાં જઈને પણ શીખી શકાય છે. હું તો વિદ્યાર્થી છું. મારે તો ફક્ત વિદ્યા પ્રાપ્ત કરવાનો જ પ્રયત્ન કરવો જોઈએ. ધંધાથી સંબંધ રાખવાવાળી તૈયારી કરવી જોઈએ. જો મને સદાચારથી સભ્ય સમજી શકાય તો ઠીક છે, નહીંતર મારે સભ્ય કહેવડાવવાનો મોહ છોડી દેવો જોઈએ.*

ઇંગ્લેન્ડ પહોંચવા પર ત્રણ મહીનાના માનસિક સંઘર્ષ પછી મોહનદાસ એ જ નિષ્કર્ષ પર પહોંચ્યા કે ઇંગ્લેન્ડમાં એમના આવવાનો એક મુખ્ય ધ્યેય વિદ્યા પ્રાપ્ત કરવાનો છે. આથી તે એ તમામ વાતોની તરફથી ધ્યાન હટાવીને ભણવા-ગણવામાં લાગી ગયા.

મોહનદાસ ગાંધીના પરિવારની આર્થિક સ્થિતિ એવી ન હતી કે તેઓ ઇંગ્લેન્ડમાં રહીને મનગમતું અને અનાપ-શનાપ ખર્ચ કરી શકે. તેઓ એ જ પ્રયત્ન કરતાં રહેતા હતા કે મહીનાભરમાં પંદર પાઉન્ડથી વધારે પૈસા ખર્ચ ન થાય. એ પરિવારમાં પેઈંગ ગેસ્ટની હેસિયતથી રહેવા પર મોહનને વધારે રૂપિયા ખર્ચ કરવા પડતા હતા. આથી એમણે બે રૂમ ભાડા પર લઈ લીધા અને પગપાળા આવવાનું-જવાનું શરૂ કરી દીધું.

આ રીતે ખર્ચ થોડો ઓછો તો થયો પરંતુ એટલો ઓછો ના થયો, જેનાથી એમને અસુવિધા ન થાય. એ જ ખર્ચને ઓછો કરવા માટે બેને બદલે એક રૂમ ભાડા પર લઈ લીધો. ખાવાનું બનાવવા માટે વાસણ, સ્ટવ વગેરે ખરીદી લીધા અને દિવસનું મોટાભાગનું ભોજન પોતાના હાથોથી જ પકાવવા લાગ્યા. આ પ્રકારે ધન અને સમય બચાવીને વકીલાતના અભ્યાસની સાથે-સાથે જ એમણે લંડનની મેટ્રિક્યુલેશન પરીક્ષા પાસ કરી લીધી. ધીમે-ધીમે એમણે મરચું-મસાલા

અને મિઠાઈ ખાવાનું બંધ કરી દીધું. ચા અને કોફી છોડી દીધી. રોટલી, બાફેલી શાકભાજી અને કોકો પર ગુજારો કરવાનું આરંભ કરી દીધું. એનાથી એમના જીવનમાં સાદગી વધારે વધી ગઈ.

એ જ દિવસોમાં તેઓ થિયોસોફિસ્ટ મિત્રો અને માન્ચેસ્ટરના એક ઈસાઈ સજ્જનના સંપર્કમાં આવ્યા. એમના થિયોસોફિસ્ટ મિત્ર એ દિવસોમાં ગીતાનું અંગ્રેજી અનુવાદ વાંચી રહ્યાં હતા. એમણે મોહનદાસથી કહ્યું કે તે સંસ્કૃતમાં ગીતા વાંચે. ગાંધીજીએ ગીતા સંસ્કૃત તો દૂર ગુજરાતીમાં પણ વાંચી ન હતી. પરંતુ સ્કૂલમાં સંસ્કૃત અવશ્ય વાંચી હતી. એ બંને મિત્રોના પ્રોત્સાહિત કરવા પર એમણે સંસ્કૃત ગીતા વાંચવાનું આરંભ કર્યું. પહેલાં તો એમને ખૂબ મુશ્કેલી થઈ પરંતુ પછી ગીતાના સંસ્કૃત શ્લોકોને સરળતાથી વાંચવા અને સમજવા લાગ્યા. એ બંને થિયોસોફિસ્ટ મિત્રોની સંગતનો એમને ખૂબ લાભ થયો. ગીતા જીવનભર એમનું માર્ગદર્શન કરતી રહી. માન્ચેસ્ટરના ઈસાઈ મિત્રને પ્રોત્સાહિત કરવા પર એમણે બાઈબલનો પણ અભ્યાસ કર્યો. ઈસાના દયા, પ્રેમ અને શાંતિના સંદેશનો એમના પર ઉંડો પ્રભાવ પડ્યો. એમની સત્ય અને અહિંસાની ભાવનાને એક નવી શક્તિ મળી.

ઈંગ્લેન્ડ પ્રવાસના અંતિમ વર્ષ ૧૮૯૦માં એક ઘટના થઈ. ૧૮૯૦માં પોર્ટ સ્થળમાં અન્નાહારીઓનું એક સંમેલન થયું. તે અન્નાહારી સંસ્થાના સભ્ય જ નહીં, કાર્યકારિણી કામેટીના સદસ્ય પણ હતા. એ સંમેલનમાં મોહનદાસ અને એમના એક ભારતીય મિત્રને આમંત્રિત કરવામાં આવ્યા. એમને એક મહિલાના ઘેર રોકવામાં આવ્યા. રાત્રે જ્યારે તેઓ બંને સભાથી ઘેર પાછા ફર્યા તો ભોજન પછી એ ઘરની માલકિન સાથે પત્તા રમવા લાગ્યા. પત્તા રમતા-રમતા એમના મિત્ર અને એ મહિલાની વચ્ચે અશ્લીલ હસી-મજાક શરૂ થઈ ગયા. એ બંનેની હસી-મજાકમાં એમને પણ આનંદ આવવા લાગ્યો. તેઓ પણ એમાં સામેલ થઈ ગયા. થોડી ક્ષણ પછી હસી-મજાક ક્રિયાત્મક રૂપમાં બદલાવા લાગી. એ ત્રણેએ પત્તા રાખી દીધા.

કદાચ ગાંઝી પણ વાસના સાગરમાં ડૂબી જતા પરંતુ એકાએક એમના મિત્રએ એમને કહ્યું - ''તું અને આ પાપ? આ તારું કામ નથી. અહીંયાથી ભાગી જાઓ.'' ગાંધીજી જાણે જાગી ઉઠ્યા. એમને ખૂબ શરમ અનુભવાઈ. માતાથી કરેલી પ્રતિજ્ઞા યાદ આવી ગઈ. તેઓ ધ્રૂજતા-ધ્રૂજતા પોતાના રૂમમાં ચાલ્યા ગયા.

બ્રિટિશ સંસદીય પ્રતિનિધિ મંડળના સદસ્યોની સાથે ગાંધીજી પોતાના મદ્રાસ નિવાસ પર

વકીલ મોહનદાસ ગાંધી

જૂન ૧૮૯૧એ મોહનદાસને વકીલની ડિગ્રી મળી ગઈ. એમણે કાયદાને ભણી તો લીધો હતો પરંતુ કાયદાનું વ્યવહારિક જ્ઞાન એમને હજુ જરૂરી હતું કે જેનાથી તે સ્વદેશ પાછા ફરીને સુગમતાથી વકીલાત કરી શકે. ઇંગ્લેન્ડથી પાછા ફરતાં સમયે એમના મનમાં એ ભય તથા આશંકા બની રહી હતી.

૧૨ જૂન, ૧૮૯૧એ લગભગ ત્રણ વર્ષ ઇંગ્લેન્ડમાં વિતાવ્યા પછી મોહનદાસ ગાંધી, બાર-એટ-લા, સ્વદેશ માટે રવાના થઈ ગયા. જ્યારે તેઓ મુંબઈ બંદરગાહ પર જહાજથી ઉતર્યા તો એમના મોટા ભાઈ ત્યાં હાજર હતા. એમણે ખુબ ખુશીપૂર્વક નાના ભાઈનું સ્વાગત કર્યું. પરંતુ જ્યારે ગાંધીજી ઘેર પહોંચ્યા તો એમને જાણ થઈ કે એમની માતાનો સ્વર્ગવાસ થઈ ગયો છે.

મોહનદાસના મનમાં માતા-પિતા માટે આદર, શ્રદ્ધા અને ભક્તિ ફૂટી-ફૂટીને ભરી હતી. મોટા ભાઈએ એમને માતાની મૃત્યુના સમાચાર ઇંગ્લેન્ડમાં એથી મોકલ્યા ન હતા કે માતાના મૃત્યુથી એમના મનને ઊંડો આઘાત લાગશે અને એમનો અભ્યાસ પૂરો થઈ જશે.

થોડા દિવસ સુધી વકીલ મોહનદાસ રાજકોટમાં રહ્યાં. પરંતુ મિત્રોએ સલાહ આપી કે તે થોડા દિવસ મુંબઈ જઈને રહે અને હાઈકોર્ટનો વિશેષ અનુભવ પ્રાપ્ત કરે. સાથે જ ભારતીય કાયદાનો અભ્યાસ કરીને વકીલાત કરવાનું શરૂ કરી દે. મિત્રોની સલાહ માનીને મોહનદાસ રાજકોટથી મુંબઈ ચાલ્યા ગયા. ત્યાં એમણે

વકીલાત શરૂ કરી પરંતુ કમાણીની અપેક્ષાએ ખર્ચ વધારે હતો અને તે સતત વધતો જ જઈ રહ્યો હતો. નિરાશ થઈને તેઓ રાજકોટ પાછા આવ્યા અને પોતાની ઑફિસ ખોલી. એક વકીલ એમના મોટાભાઈના મિત્ર હતા. એમની વકીલાત સારી ચાલતી હતી. એમના માધ્યમથી કામ ચાલવા લાગ્યું અને દર મહીને લગભગ ત્રણ સો રૂપિયાની કમાણી થવા લાગી. પરંતુ તેઓ પોતાના આ કામથી સંતુષ્ટ ન હતા.

એ જ દિવસોમાં અચાનક પોરબંદરથી એક મોટા વેપારી દાદા અબ્દુલ્લાનો એક સંદેશ એમના મોટા ભાઈની પાસે આવ્યો. દાદા અબ્દુલ્લા એ દિવસોમાં નેટાલમાં હતા. ગાંધીજી પણ પોરબંદરના જ રહેવાવાળા હતા આથી એ ફર્મના માલિક મોહનદાસ અને એમના પરિવારથી સારી રીતે પરિચિત હતા. દાદા અબ્દુલ્લાએ ગાંધીજીના મોટા ભાઈને સંદેશ મોકલ્યો કે *દક્ષિણ આફ્રિકામાં એમનો ખૂબ મોટો વેપાર છે, ત્યાં જ નેટાલના એક વેપારી સૈયદ હાજી ખાન મોહમ્મદ અલી પર ચાલીસ હજાર પાઉન્ડનો એક કેસ ઘણા દિવસોથી ચાલી રહ્યો છો. જો તે પોતાના નાના ભાઈને નેટાલ મોકલી દે, તો એ કેસમાં એમને મદદ મળી જશે. જો તેઓ એક વર્ષ સુધી રોકાશે તો આવવા-જવાનો ફર્સ્ટ-ક્લાસનું ભાડું, અને ભોજનના ખર્ચા સિવાય ૧૦૫ પાઉન્ડ આપશે.* વકીલ મોહનદાસ ગાંધીનું કામ ઠીક ઢંગથી ચાલી તો નહોતું રહ્યું આથી એમણે દાદા અબ્દુલ્લાનો પ્રસ્તાવ સ્વીકાર કરી લીધો અને એપ્રિલ ૧૮૯૩માં દક્ષિણ આફ્રીકા રવાના થઈ ગયા.

દક્ષિણ આફ્રીકામાં

ડરબન બંદરગાહ પર શઠ અબ્દુલ્લા વકીલ મોહનદાસને લેવા માટે આવી ગયા હતા. મોહનદાસ એ સમયે ફ્રાક કોટ અને બંગાળી પાઘડી પહેરેલા હતા, આથી તે અન્ય ભારતવાસીઓથી ભિન્ન દેખાઈ રહ્યાં હતા. ગાંધીજીએ ડરબન બંદરગાહ પર પહોંચતા જ આ વાતનો અનુભવ કરી લીધો કે આ દેશમાં કોઈ પણ ભારતીય કેટલું જ ધન સંપન્ન કે ભણેલો-ગણેલો કેમ ના હોય અન્ય લોકોની નજરોમાં એનું કોઈ સન્માન નથી અને ના તો મહત્ત્વ. શેઠ અબ્દુલ્લા ખુદ ધનસંપન્ન વ્યક્તિ હતા. તેઓ ખૂબ મોટા વેપારી હતા. પરંતુ ત્યાંના અન્ય લોકો એમની સાથે જે વ્યવહાર કરી રહ્યાં હતા, તે એમની પ્રતિષ્ઠાના અનુકૂળ ન હતું. વકીલ મોહનદાસને શેઠ અબ્દુલ્લા પોતાના ઘેર લઈ ગયા અને પોતાના રૂમની પાસેવાળા એક રૂમમાં એમના રહેવાની વ્યવસ્થા કરી દીધી. એમણે પોરબંદરમાં રહેવાવાળા શેઠ અબ્દુલ્લાના ભાઈનો પત્ર એમને આપી દીધો. એ પત્રને વાંચીને તેઓ થોડા પરેશાન દેખાવા લાગ્યા.

એમની પરેશાનીના કેટલાય કારણ હતા. આ સમયે તો એમની પાસે વકીલ મોહનદાસ ગાંધી માટે કોઈ કામ ન હતું. કેસ ટ્રાન્સવાલમાં ચાલી રહ્યો હતો. એમને ગાંધીજીનો સાહેબી ઠાઠ-બાઠ ખૂબ ખર્ચીલો નજરે પડ્યો. ગાંધીજીને આ સમયે ટ્રાન્સવાલ મોકલવા બેકાર હતું. તેઓ ગાંધીજીને પ્રિટોરિયામાં પણ મોકલી શકતા ન હતા કેમ કે પ્રિટોરિયામાં જ સૈયદ હાજી ખાન મોહમ્મદ રહેતા હતે, જેમના પર કેસ ચાલી રહ્યો હતો. એમને ડર હતો કે વકીલ ગાંધી ક્યાંક પ્રતિવાદીથી

પ્રભાવિત ન થઈ જાય. ગાંધીજીએ લખ્યું છે, "એમની ફર્મમાં મારા કરવા યોગ્ય કોઈ કામ ન હતું. આથી ઘેર બેઠા મારો ખર્ચ ઉઠાવવાથી તેઓ ચિંતિત થઈ ઉઠ્યા."

અબ્દુલ્લા શેઠની શૈક્ષણિક યોગ્યતા તો સામાન્ય હતી પરંતુ બુદ્ધિ અત્યંત પ્રખર હતી. અંગ્રેજીનો અભ્યાસ માત્ર એટલો હતો કે કોઈ પ્રકારે બોલીને પોતાનું કામ ચલાવી લેતા હતા. બેંકના મેનેજરોથી વાત કરી લેતા હતા. યુરોપિયન વેપારીઓથી વેપાર સંબંધી સોદા કરી લેતા હતા. દક્ષિણ આફ્રીકામાં ભારતીય પણ રહેતા હતા, એમની વચ્ચે એમનું ખૂબ સન્માન હતું. એમની ફર્મની ગણના દક્ષિણ આફ્રીકામાં મોટી-મોટી ભારતીય ફર્મોમાં કરવામાં આવતી હતી.

બે-ત્રણ દિવસ પછી તેઓ વકીલ ગાંધીને ડરબનની અદાલત જોવા માટે લઈ ગયા. કેટલાય લોકોથી પરિચય કરાવ્યો. જ્યારે તેઓ કોર્ટમાં એમને પોતાના વકીલની પાસે લઈ ગયા તો મેજિસ્ટ્રેટે વકીલ ગાંધીની તરફ જોઈને કહ્યું કે તે પોતાની પાઘડી ઉતારી દે. પરંતુ વકીલ ગાંધીએ પાઘડી ના ઉતારી અને અદાલતથી બહાર ચાલ્યા ગયા. અને આ પ્રકારે દક્ષિણ આફ્રીકાની ગોરી સરકાર વિરુદ્ધ ગાંધીજીના એ વિશ્વવિખ્યાત સંઘર્ષની ભૂમિકાનો પ્રારંભ થયો, જેનાથી આગળ ચાલીને ભારતીય સ્વાધીનતા સંગ્રામની રણનીતિ નિર્ધારિત હતી.

પછીથી અબ્દુલ્લા શેઠે પાઘડી ઉતારાવવાનું રહસ્ય વકીલ ગાંધીને બતાવ્યું. દક્ષિણ આફ્રીકામાં મુસલમાનનો પોશાક પહેરવાવાળાઓને તો મુસલમાની પાઘડી પહેરવાની છૂટ હતી પરંતુ ભારતવાસીઓને ભારતીય પાઘડી પહેરીને અદાલતમાં જવાની આજ્ઞા ન હતી. પાઘડી પહેરવાનો પ્રશ્ન વકીલ ગાંધી માટે પ્રતિષ્ઠાનો વિષય બની ગયો. તે અપમાન સહેવા માટે બિલ્કુલ તૈયાર ન હતા. આથી એમણે નિર્ણય કર્યો કે તેઓ પાઘડીને બદલે અંગ્રેજી ટોપ પહેર્યા કરશે.

પરંતુ એમનો આ નિર્ણય અબ્દુલ્લા શેઠને પસંદ ન આવ્યો. એમણે કહ્યું - *"જો તમે આ સમયે એવું કરશો તો એનો અર્થ ઉલ્ટો થશે. જે લોકો ભારતીય પાઘડી પહેરી રાખવા ઈચ્છે છે એમની સ્થિતિ વિષમ થઈ જશે. એના સિવાય ભારતીય પાઘડી જ તમારા માથા પર સુંદર લાગે છે. જો તમે ટોપ પહેરી તો લોકો તમને વેઈટર સમજવા લાગશે."*

અબ્દુલ્લા શેઠના આ શબ્દોમાં જ્યાં સંકોચ હતો ત્યાં વ્યાવહારિક્તા અને દેશાભિમાન પણ હતું. વકીલ ગાંધી એમની આ વાતથી સંમત થઈ ગયા. એમણે પાઘડી પહેરવાના પક્ષમાં સમાચાર પત્રોમાં લેખ લખ્યા. એ લેખોની સમાચાર પત્રોમાં ખૂબ ચર્ચા થઈ. સમાચાર પત્રોએ ગાંધીજીને સહજ જ 'અનવેલકમ વિઝિટર' અર્થાત બોલાવ્યા વગરના મહેમાનના નામે પ્રસિદ્ધ કરી દીધા. એનું પરિણામ એ થયું કે ત્રણ-ચાર દિવસમાં જ પૂરા દક્ષિણ આફ્રીકામાં વકીલ મોહનદાસ

ગાંધી પ્રખ્યાત થઈ ગયા.

એક અઠવાડિયા પછી વકીલ ગાંધી ડરબનથી પ્રિટોરિયા રવાના થયા, જ્યાંની અદાલતમાં અબ્દુલ્લા શેઠનો કેસ ચાલી રહ્યો હતો. પ્રિટોરિયા જવા માટે વકીલ ગાંધી માટે ફર્સ્ટક્લાસની ટિકિટ લેવામાં આવી. સાથે જ સૂવા માટે અલગથી ટિકિટ લેવામાં આવતી હતી. પરંતુ ગાંધીજીએ આ ટિકિટ ના લીધી. શેઠ અબ્દુલ્લાએ ડરબનથી ચાલતા સમયે એમને સમજાવતા કહ્યું - ''આ ભારત નહીં બીજો દેશ છે. તમે પૈસાની બિલકુલ ચિંતા ના કરો, પોતાના આરામની બધી વ્યવસ્થા કરી લો.''

જે ટ્રેનથી બેરિસ્ટર (વકીલ) ગાંધી રવાના થયા તે ટ્રેન રાત્રે લગભગ નવ વાગ્યે નેટાલની રાજધાની મેરિટ્સબર્ગ પહોંચી. આ સ્ટેશન પર સૂવાવાળાઓને પથારી આપવામાં આવતી હતી. થોડા સમય પછી એક યાત્રી કમ્પાર્ટમેન્ટમાં આવ્યો. તે ગાંધીજીને હેરાનીથી ફર્સ્ટક્લાસ કમ્પાર્ટમેન્ટમાં બેઠેલા જોતો રહ્યો અને પછી બહાર ચાલ્યો ગયો. પરંતુ થોડા સમય પછી તે ફરી પાછો આવ્યો. આ વખતે એની સાથે રેલવે વિભાગના બે કર્મચારી હતા. રેલવેના એક ઑફિસરે ગાંધીજી કહ્યું - ''તમે આ ડબ્બાથી ઉતરો. તમારે બીજા ડબ્બામાં બેસવું પડશે.''જ્યારે ગાંધીજીએ એને બતાવ્યું કે એમને ડરબનમાં આ જ ડબ્બામાં સીટ આપવામાં આવી છે, તો એણે કહ્યું, ''નહીં, તમારે ટ્રેનના સૌથી છેલ્લા ડબ્બામાં જવું પડશે.''

ગાંધીજી ડબ્બાથી ઉતરવા માટે તૈયાર ના થયા. તે લોકો એક સિપાઈને પકડીને લાવ્યા સિપાઈએ એમનો હાથ પકડ્યો અને ધકેલીને નીચે ઉતારી દીધા. સાથે જ એમનો સામાન પણ ઉતારી દીધો. વકીલ ગાંધી છેલ્લા ડબ્બામાં બેસવાને બદલે વેઇટિંગ રૂમમાં જઈને બેઠા. એમણે પોતાની હેન્ડબેગ તો પોતાની સાથે લઈ લીધી પરંતુ બાકી સામાન પ્લેટફૉર્મ પર જ પડેલો રહેવા દીધો. મેરિટ્સબર્ગ શહેર ખૂબ ઊંચાઈ પર હતું. આથી ત્યાં ખૂબ જ ઠંડી પડી રહી હતી. ગાંધીજીનો ઓવર કોટ એમના સામાનમાં જ રહી ગયો હતો. આથી આખી રાત ઠંડીમાં થથરતાં રહ્યાં. વેઈટિંગ રોમમાં લાઈટ પણ ન હતી.

વકીલ ગાંધી વિચારવા લાગ્યા કે હવે એમણે શું કરવું જોઈએ. એમણે પોતાના અધિકારો માટે લડવું જોઈએ કે પાછા ચાલ્યા જવું જોઈએ? અથવા અપમાનને સહન કરીને પ્રિટોરિયા જાય અને કેસનું કામ સમાપ્ત કરીને ભારત પાછા ફરે? જો તે કેસનું કામ અધૂરું છોડીને ભારત પાછા ફરતા તો લોકો એમને કાયર સમજતા.

ખૂબ સમજ્યા-વિચાર્યા પછી એમણે એન નિશ્ચય કરી લીધો કે તેઓ દક્ષિણ આફ્રીકા સરકારની આ દેશ-ભેદી નીતિનો વિરોધ કરશે તથા આ અન્યાયપૂર્ણ કાયદાઓનો વિરોધ કરશે. આ નિશ્ચય કરીને વકીલ ગાંધીએ પ્રિટોરિયા પહોંચીને રેલવેના જનરલ મેનેજરને પત્ર દ્વારા રેલવે કર્મચારીઓ વિરુદ્ધ એક લાંબી ફરિયાદ

મોકલી અને અબ્દુલ્લા શેઠને પણ બધા સમાચાર લખીને મોકલી દીધા. અબ્દુલ્લા શેઠ જનરલ મેનેજરથી મળ્યાં. જનરલ મેનેજરે રેલવે કર્મચારીઓનો પક્ષ લઈ લીધો પરંતુ સ્ટેશન માસ્તરને લખી દીધું કે વકીલ ગાંધીને સકુશળ પ્રિટોરિયા પહોંચાડી દેવામાં આવે. મેરિટસબર્ગના સ્ટેશન માસ્ટરે વકીલ ગાંધીને એક કમ્પાર્ટમેન્ટમાં સવાર કરી દીધા અને રેલવે કર્મચારીઓને આદેશ આપ્યો કે રસ્તામાં એમને કોઈ પ્રકારની અસુવિધા ન થાય.

અબ્દુલ્લા શેઠે મેરિટ્સબર્ગના ભારતીય વેપારીઓને પત્ર આપી દીધો કે તેઓ વકીલ ગાંધીથી મળે અને એમની સુવિધાઓનું ધ્યાન રાખે. પ્રિટોરિયાના રસ્તામાં જેટલા પણ સ્ટેશન આવતા હતા, ત્યાં ભારતીય વેપારીઓને પણ એમણે પત્ર દ્વારા વકીલ ગાંધીના સંબંધમાં જરૂરી સૂચનાઓ મોકલી દીધી. અબ્દુલ્લા શેઠનો પત્ર મેળવતા જ ભારતીય વેપારી એમનાથી મળવા આવવા લાગ્યા.

આ ઘટનાથી એક ખૂબ મોટો લાભ એ થયો કે વકીલ ગાંધી ખૂબ જલ્દી ભારતવાસીઓના સંપર્કમાં આવી ગયા. એના સિવાય તેઓ પહેલા ભારતીય હતા જેમણે રેલવેના અંગ્રેજ કર્મચારીઓ વિરુદ્ધ જનરલ મેનેજરથી ફરિયાદ કરી. એનાથી ભારતીયોમાં હળવું એવું સાહસ પેદા થયું.

જે કેસ માટે વકીલ ગાંધી દક્ષિણ આફ્રીકામાં ગયા હતા તે સન્ ૧૮૯૮માં સમાપ્ત થઈ ગયો. અબ્દુલ્લા શેઠ કેસ જીતી ગયા તો વકીલ ગાંધી પ્રિટોરિયાથી ડરબન પાછા આવ્યા. વકીલ ગાંધી ભારત પાછા ફરવાની તૈયારી કરી રહ્યાં હતા. જ્યારે એમને અબ્દુલ્લા શેઠને ત્યાંથી વિદાય આપવામાં આવી રહી હતી, તો કોઈ ભારતીય એમને 'નેટાલ મર્ચરી'' નામના સમાચાર પત્રની એક નકલ આપી. એમાં નેટાલ ધારાસભાની કાર્યવાહીનો સંક્ષિપ્ત રિપોર્ટ હતો.

નેટાલની સરકાર ધારાસભામાં એક એવું બિલ પ્રસ્તુત કરવા ઇચ્છતી હતી, જેના આધાર પર ભારતીયોને વોટ આપવાનો અધિકાર સમાપ્ત થઈ જતો. દક્ષિણ આફ્રીકામાં પહેલા જ એમને ખૂબ ઓછા અધિકાર પ્રાપ્ત હતા અને જે હતા એમને છીનવવવા માટે આ બિલથી શ્રીગણેશ થઈ ગયા હતા.

એ રિપોર્ટને વાંચ્યા પછી ધારાસભામાં પ્રસ્તુત કરવા માટે એક આવેદન પત્ર તૈયાર કરવામાં આવ્યું અને પત્ર દ્વારા સરકારથી પ્રાર્થના કરી તે તે ધારાસભાનું અધિવેશન પ્રારંભ કરવામાં જલ્દબાજી ના કરે. આ આવેદનથી બિલ તો ના રોકાયું પરંતુ એની અસર જરૂર પડી. ભારતીયો દ્વારા દક્ષિણ આફ્રીકા સરકારની વિરુદ્ધ આ પ્રકારનું આંદોલન કરવાની આ પ્રથમ તક હતી. એનાથી બધા પ્રવાસી ભારતીયોમાં ઉત્સાહની લહેર દોડી ગઈ. રોજ સભાઓ થવા લાગી. આ સભાઓમાં મોટી સંખ્યામાં ભારતીય એક્ઠા થવા લાગ્યા. ખૂબ વધારે ધન પણ એક્ઠું થઈ ગયું. કોઈ પારિશ્રમિક વગર લોકો સ્વેચ્છાથી સભાનું કાર્ય કરવા લાગ્યા. કેટલાક

લોકો એવા પણ હતા જે પૈસા પણ આપતા હતા અને કામ પણ કરતા હતા.

આ આંદોલનમાં સૌથી વધારે જૂના ગિરમિટિયા મજૂરોના સંતાનોએ ભાગ લીધો. તે લોકો અંગ્રેજી ભણેલા-ગણેલા હતા. એ દિવસોમાં ઉપનિવેશ મંત્રી લૉર્ડ રિયન હતા. એક મહીનાની અંદર જ આ બિલના વિરોધમાં દસ હજાર હસ્તાક્ષરોની સાથે એક આવેદન પત્ર મોકલી દેવામાં આવ્યું.

આ કામને સમાપ્ત કર્યા પછી જ્યારે વકીલ મોહનદાસ ગાંધી ભારત પાછા ફરવા લાગ્યા, તો દક્ષિણ આફ્રીકામાં ભારતીયોએ એમને ત્યાં જ રોકાઈ જવાનો આગ્રહ કરતા કહ્યું - *"તમે જ તો અમને બતાવ્યું છે કે અમારા અસ્તિત્વને સમાપ્ત કરી દેવા માટે સરકારે આ પ્રથમ પગલું ઉઠાવ્યું છે, જો એને ના રોકવામાં આવ્યું તો આપણુ તો આ દેશમા અસ્તિત્વ જ સમાપ્ત થઈ જશે. ખબર નહીં, ઉપનિવેશ મંત્રી આપણા આવેદન પત્રનો શું જવાબ આપે. જો તમે ભારત ચાલ્યા જસો તો અમને રસ્તો કોણ બતાવશે? બધું જ કરેલું ધૂળમાં મળી જશે. અમે લોકો કામ કરવા અને પૈસા ખર્ચવા તૈયાર છીએ. અમારા લોકોનો અનુરોધ છે કે તમે થોડા દિવસ અહીંયા રોકાઈ જાઓ."*

વકીલ ગાંધી એ લોકોના અનુરોધની ઉપેક્ષા ના કરી શક્યા. મે સન્ ૧૮૬૪એ દક્ષિણ આફ્રીકામાં રહેવાવાળા પ્રવાસી ભારતીયોના હિતોની રક્ષા કરવા માટે 'નેટાલ ઈન્ડિયન કૉંગ્રેસ'ની સ્થાપના કરવામાં આવી અને આ પ્રકારે ભારતીયોના આત્મ સન્માનના યુદ્ધનું બીજારોપણ થઈ ગયું.

દક્ષિણ આફ્રીકી સરકારે પ્રવાસી ભારતીયોના રસ્તામાં નવી-નવી અડચણો ઉભી કરી દીધી. કૉંગ્રેસને ઉખાડી ફેંકવા માટે પ્રયત્નો કર્યો. પરંતુ ભારતીયોમાં જે સાહસ, ઉત્સાહ અને આત્મસન્માનની ભાવના પેદા થઈ ગઈ હતી, ગોરી સરકારનો કોઈ પણ અન્યાય, કોઈ પણ અત્યાચાર એ ભાવનાઓને કુચળી ના શક્યો. કોઈ પણ સ્વાર્થ એમને એમના નિશ્ચયથી ડગાવી ના શક્યો. વકીલ ગાંધીએ જ્યાં એમનામાં ઉત્સાહ અને જોશ પેદા કર્યો, ત્યાં જ એમને પોતાની ભૂલોનો અહેસાસ પણ કરાવ્યો.

ગાંધીજી તથા રાજકુમારી અમૃત કૌર પોતાના કેટલાક મિત્રોની સાથે

દક્ષિણ આફ્રીકાનું આંદોલન

દક્ષિણ આફ્રીકામાં ત્રણ વર્ષના પ્રવાસમાં વકીલ મોહનદાસ ગાંધીની વકીલાત સારી-એવી જામી ગઈ હતી. ત્યાં રહેવાવાળા ભારતીય પ્રવાસીઓના કેસ હંમેશાં એમની પાસે જ આવતા હતા. રંગભેદી સરકારની વિરુદ્ધ છેડવામાં આવેલું આંદોલન એ સ્થિતિમાં પહોંચી ગયું હતું કે ગાંધીજીનું ભારત પાછા ફરવાનું અશક્ય થઈ ગયું. આથી પ્રવાસી ભારતીય એમને કોઈ પણ કિંમત પર છોડવા માટે તૈયાર જ ન હતા. જ્યારે ગાંધીજીએ જોયું કે એમને હજુ કેટલાક વર્ષ વધારે નેટાલમાં જ રહેવું પડશે, તો એમણે વિચાર્યું કે ભારત જઈને પોતાની પત્નીને લઈ આવવી જોઈએ.

સન્ ૧૮૯૬માં છ મહીનાની રજા લઈને ભારત આવ્યા. પરંતુ હજુ બે મહીના પણ વીત્યા ન હતા કે નેટાલથી પત્ર મળ્યો. કૉંગ્રેસનું કામ વધી ગયું હતું. કેટલીય નવી સમસ્યાઓ પેદા થઈ ગઈ હતી. આથી એમનાથી તરત નેટાલ આવવા માટે અનુરોધ કરવામાં આવ્યો હતો.

પોરબંદરના દાદા અબ્દુલ્લાએ એ જ દિવસોમાં એક સ્ટીમર ખરીદ્યું હતું. જેનું નામ 'કુરલેન્ડ' હતું. એમણે ગાંધીજીથી અનુરોધ કર્યો કે પોતાના પરિવારની સાથે તે એ જ સ્ટીમરથી યાત્રા કરે. એમને સ્ટીમરમાં ભાડું આપવાની જરૂર નથી.

ડિસેમ્બર ૧૮૯૬માં ગાંધીજી પોતાની પત્ની અને બે પુત્રોની સાથે કુરલેન્ડ સ્ટીમરથી બીજી વખત નેટાલની તરફ રવાના થઈ ગયા. કુરલેન્ડની સાથે જ 'નાદરી' નામનું એક બીજું સ્ટીમર ડરબન માટે રવાના થયું. બંને જહાજોમાં કુલ

મિલાવીને ૮૦૦ યાત્રી હતા. એમાંથી અડધા ટ્રાન્સવાલ જવાના હતા.

કુરલેન્ડ અને નાદરી સાથે-સાથે જ આફ્રીકા તરફ વધી રહ્યાં હતા કે અચાનક ભારે તોફાન આવી ગયું. તોફાન ખૂબ જ જોરદાર હતું અને એટલા દિવસ રહ્યું કે યાત્રી ગભરાઈ ઉઠ્યા. આ તોફાને જહાજના યાત્રિઓને જાતિ, ધર્મ અને સંપ્રદાય વગેરે ભેદભાવ ભૂલાવીને એક થઈ જવા પર મજબૂર કરી દીધા. તેઓ બધા મળીને પોત-પોતાના ભગવાનથી પ્રાર્થના કરતા રહેતા. એક જ ચિંતા બધાની ચિંતા બની ગઈ હતી. એક જ દુઃખ બધાનું દુઃખ બની ગયું હતું.

ગાંધીજીને સમુદ્રી યાત્રા દરમિયાન કોઈ બીમારી થતી ન હતી. એમણે કેટલીય લાંબી સમુદ્રી યાત્રાઓ પણ કરી હતી આથી તેઓ તોફાનથી વધારે ભયભીત ન હતા. એનાથી એમને ખૂબ મોટો લાભ થયો. સ્વસ્થ અને નિશ્ચિંત હોવાને કારણે તે બધા યાત્રિઓનું સુખ-દુઃખ પૂછતા રહ્યાં. એમની દેખભાળ કરતાં રહ્યાં. આશ્વાસન આપતા રહ્યાં.

એ દિવસોમાં દક્ષિણ આફ્રીકાના બંદરગાહોના નિયમ ખૂબ કડક હતા. યાત્રિઓની પૂરી ડૉક્ટરી તપાસ પછી જ એમને જહાજથી ઉતરવાની અનુમતિ આપવામાં આવતી હતી. કેટલાક યાત્રિને જો કોઈ સંક્રામક રોગ થતો હતો તો એને એકાંતવાસમાં કેટલાક દિવસો સુધી રહેવું પડતું હતું. રોગમુક્ત થઈ જવા પર જ એને શહેરમાં જવાની અનુમતિ આપવામાં આવતી હતી.

જે દિવસોમાં 'કુરલેન્ડ' અને 'નાદરી' નામના સ્ટીમર મુંબઈથી રવાના થયા હતા, મુંબઈમાં પ્લેગ ફેલાયેલો હતો. આથી ડરબન બંદરગાહ પર પહોંચવા માટે બંને જહાજોને એકાંતવાસમાં મોકલી દેવામાં આવ્યા જેથી જો યાત્રિઓના શરીરમાં પ્લેગના કીટાણું હોય તો નષ્ટ થઈ જાય.

પરંતુ વાસ્તવિક કારણ કંઈક બીજું જ હતું. દક્ષિણ આફ્રીકાના ગોરા ઈચ્છતા ન હતા કે વકીલ ગાંધી ફરીથી આફ્રીકામાં આવે. ગોરાઓએ આ સંબંધમાં જોરદાર આંદોલન છેડી રાખ્યું હતું. દક્ષિણ આફ્રીકાના નગરોમાં અને ખાસ રૂપથી ડરબનમાં મોટી-મોટી સભાઓ થતી હતી, જેમાં ગાંધીજી વિરુદ્ધ ગોરા જીવ ખોલીને ઝેર ઓક્યા કરતા હતા. અબ્દુલ્લા શેઠને ધમકીઓ આપવામાં આવતી હતી અને લાલચ પણ આપવામાં આવતી હતી. ગોરાઓએ અબ્દુલ્લા શેઠથી કહ્યું હતું કે જો તેઓ પોતાના બંને જહાજોને પાછા મુંબઈ મોકલી દે તો એમનું જે પણ નુકસાન થશે તે લોકો આપી દેશે. પરંતુ શેઠ અબ્દુલ્લા ના તો ધમકીઓથી ડરવાવાળા હતા અને ના લાલચમાં આવવાવાળા હતા. એ સમયે ડરબનની દુકાન પર એમના નાના ભાઈ શેઠ અબ્દુલ્લા કરીમ હાજી આદમ હતા. એમણે પ્રતિજ્ઞા કરી લીધી હતી કે ભલે કેટલું પણ નુકસાન થાય, તેઓ યાત્રિઓને ઉતારીને રહેશે. તે આ સંબંધમાં ગાંધીજીને એકાંતવાસમાં પત્ર મોકલતા રહેતા

હતા.

સૌભાગ્યથી અંતિમ દિવસે મનસુખલાલ હીરાલાલ જે દક્ષિણ આફ્રીકામાં ખૂબ મોટા વેપારી હતા, ગાંધીજીથી મળવા માટે તેઓ જહાજ પર ગયા. એમની સાથે એમના વકીલ મિસ્ટર લાટન પણ હતા. તેઓ બંને ખૂબ જ સાહસી અને બહાદુર હતા. મિસ્ટર લાટન અંગ્રેજ હોવા છતાં પણ દક્ષિણ આફ્રીકી સરકારની રંગ-ભેદ નીતિની વિરુદ્ધ હતા. એમણે બતાવ્યું કે વકીલ ગાંધી પર ગોરાઓએ બે આરોપ લગાવ્યા છે. પહેલો એ કે એમણે ભારતમાં જઈને ગોરાઓની અયોગ્ય નિંદા કરી છે અને બીજું એ કે ગાંધીજી નેટાલને ભારતવાસીથી ભરી દેવા ઇચ્છે છે. આથી તે નાદરી અને કુરલેન્ડ જહાજોમાં ભારતીયોને ભરીને લાવ્યા છે.

આ બંને જ આરોપ ખોટા અને નિરાધાર હતા. મિસ્ટર લાટન, શેઠ મનસુખલાલ અને શેઠ કરીમ હાજી આદમના પ્રયત્નોથી યાત્રીઓને ત્રેવીસમાં દિવસે બંદરગાહ પર ઉતારવાની અનુમતિ મળી ગઈ.

પરંતુ દક્ષિણ આફ્રીકી સરકારના એક સદસ્ય મિસ્ટર એ સ્થમ્બે જહાજના કેપ્ટનને સૂચના મોકલી કે 'વકીલ ગાંધી અને એમના પરિવારને સાંજે જહાજથી ઉતારવામાં આવે કેમ કે ગોરા ખૂબ જોશમાં છે અને ગાંધીજીના જીવને જોખમ છે. સાંજે સુપ્રિન્ટેન્ડન્ટ મિસ્ટર ટૈટમ આવશે અને એમને પોતાની સાથે લઈ જશે." મિસ્ટર એ સ્થમ્બનો સંદેશ આવે હજુ અડધો કલાક પણ નહોતો થયો કે મિસ્ટર લાટન આવી ગયા. એમણે કહ્યું કે તેઓ ગાંધીજીને પોતાની જવાબદારી પર લઈ જઈ શકે છે.

જહાજના કેપ્ટન અને ગાંધીજીએ એમની વાત માની લીધી. કસ્તૂરબા ગાંધી અને એમના બંને પુત્રોને એક ગાડીમાં શેઠ રુસ્તમજીના ઘેર મોકલી દેવામાં આવ્યા અને ગાંધીજી મિસ્ટર લાટનની સાથે ચાલી નિકળ્યાં.

ગાંધીજીની પત્ની અને બાળકો તો સકુશળ શેઠ રુસ્તમજીના ઘેર પહોંચી ગયા, પરંતુ મિસ્ટર લાટનની સાથે ગાંધીજી જેવા જ જહાજથી ઉતર્યા તો કેટલાક ગોરા છોકરાઓએ એમને ઓળખી લીધા અને 'ગાંધી-ગાંધી' કહીને શોર મચાવી દીધો. ભીડ એકઠી થતાં જોઈને મિસ્ટર લાટને એક રિક્ષા મંગાવી લીધી. પરંતુ ગોરા છોકરાઓએ ધમકીઓ આપીને રિક્ષાવાળાને ભગાડી દીધા. વિવશ થઈને તેઓ બંને પગપાળા જ આગળ વધી રહ્યાં હતા, જ્યારે ગોરાઓની ભીડ એમની પાછળ એકઠી થતી જઈ રહી હતી. થોડા સમય પછી ગાંધીજી પર પથ્થરો અને સડેલા ઇંડાઓનો વરસાદ થયો. કોઈએ એમની પાઘડી ઉતારી લીધી અને એમને લાતોથી મારવાનું શરૂ કરી દીધું. એમના પર બેહોશી છવાવા લાગી. એમણે જલ્દીથી નજીકવાળા મકાનની જાળી પકડી લીધી. ગોરાઓએ એમને ઘેરી લીધા

અને એમના પર થપ્પડ અને ઘૂંસા પડવા લાગ્યા. એ જ સમયે પોલિસ સુપ્રિન્ટેન્ડન્ટની પત્ની ત્યાંથી નિકળી. તે ગાંધીજીને જાણતી હતી. એમણે જલ્દીથી ગાંધીજીની પાસે આવીને એમના પર પોતાની છત્રી ખેંચી દીધી.

આની વચ્ચે કોઈ ભારતીયે ગાંધીજી પર પથ્થરોની વર્ષા થતી જોઈ લીધી. એણે દોડીને પોલીસ સુપ્રિન્ટેન્ડનેટ મિસ્ટર એલેક્ઝેન્ડરે સૂચના આપી. એમણે પોલિ્સની એક ટુકડી ગાંધીજીને બચાવવા માટે મોકલી દીધી. પોલિસની ટુકડી ગાંધીજીને સુરક્ષિત લઈને પોલિસ સ્ટેશને પહોંચી ગઈ. પોલિસ સુપ્રિન્ટેન્ડન્ટ એલેક્ઝેન્ડરે એમનેં સુરક્ષિત રૂપથી પોલિસની સુરક્ષામાં રુસ્તમજીના ઘેર પહોંચાડી દીધા. ગાંધીજીની પીઠમાં અંદર ઠેસ વાગી હતી. 'કુરલેન્ડ' જહાજના ડૉક્ટર ત્યાં હાજર હતા. એમણે ગાંધીજીની સેવા-સુશ્રૂષા કરી. પરંતુ સાંજ થતાં જ જ્યારે અંધારું છવાઈ ગયું તો ગોરાઓએ રુસ્તમજીના ઘરને ઘેરી લીધું. હજારો ગોરાઓની ભીડ એક્ઠી થઈ ગઈ. સ્થિતિને જોઈને સુપ્રિન્ટેન્ડન્ટ એલેક્ઝેન્ડર ત્યાં પહોંચી ગયા અને કોઈ પ્રકારે ભીડને શાંત કરી. પરંતુ એમના ગયા પછી ફરી જોખમ પેદા થઈ શકતું હતું. ગોરા રુસ્તમજીના ઘરને આગ લગાવી શકતા હતા. એમને અને એમના બાળકોને પણ ગાંધીજી તથા એમની પત્ની-પુત્રોને સાથે મારી શકતા હતા, આથી એસ.પી. એલેક્ઝેન્ડરે ગાંધીજીને સલાહ આપી કે તે પોતાના અને પોતાના મિત્રના પરિવારને બચાવવા માટે ત્યાંથી ચાલ્યા જાય.

વકીલ ગાંધીએ હિન્દુસ્તાની સિપાઈની વર્દી પહેરી. માથાને વાગવાથી બચાવવા માટે પીતળની તશ્તરી રાખીને મદ્રાસીઓ જેવો લાંબો સાફો લપેટી લીધો. એમની સાથે ગુપ્તચર વિભાગને બે ઓફિસર હતા. એમણે પણ પોતાની વિશભૂષા અને ચહેરા બદલી રાખ્યા હતા. તે ત્રણેય નજીકની ગલીથી થઈને એક દુકાનમાં પહોંચ્યા અને પછી દુકાનના ગોડાઉનના દરવાજાથી નિકળીને ભીડની વચ્ચેથી નિકળી ગયા. ત્યાંથી પોલિસ એમને લઈને બીજી જગ્યાએ ચાલી ગઈ. જ્યારે મિસ્ટર એલેક્ઝેન્ડરને સૂચના મળી ગઈ કે ગાંધીજી સકુશળ નિશ્ચિત સ્થાન પર પહોંચી ગયા છે તો એમણે ભીડથી કહ્યું - *"તમારો શિકાર તો આ દુકાનથી થઈને સહી-સલામત ચાલ્યો ગયો."* આ સાંભળીને ભીડ બગડી ઉઠી અને એમણે એસ.પી.ની વાત પર વિશ્વાસ ના કર્યો. મિસ્ટર એલેક્ઝેન્ડર એમનામાંથી કેટલાક લોકોને રુસ્તમજીના મકાનમાં લઈ ગયા. જ્યારે એમને ત્યાં ગાંધીજી ના દેખાયા ત્યારે તે લોકો પાછા પોત-પોતાના ઘેર ગયા.

વકીલ ગાંધી પર ગોરાઓ દ્વારા કરવામાં આવેલા આક્રમણ અને એમને અને એમના મિત્રના પરિવારોને સળગાવીને મારી નાંખવાના પ્રયત્નના સમાચાર જ્યારે ઇંગ્લેન્ડના તત્કાલીન પ્રધાનમંત્રી મિસ્ટર ચેમ્બરલેનને મળ્યાં તો એમણે દક્ષિણ આફ્રીકાના અધિકારીઓને પત્ર દ્વારા આદેશ આપ્યો કે ગાંધીજી પર

આક્રમણ કરવાવાળાઓ પર કેસ ચલાવવામાં આવે અને ગાંધીજીની સાથે ન્યાય કરવામાં આવે.

મિસ્ટર એ. સ્થમ્બે ગાંધીજીને બોલાવીને પ્રધાનમંત્રી ચેમ્બર લેનના આદેશ વિશે બતાવ્યું તો ગાંધીજીએ કહ્યું - ''હું કોઈના પર કેસ ચલાવવા નથી માંગતો. જો હું આક્રમણકારીઓમાંથી એક-બેને ઓળખી પણ લઈશ તો એનાથી શું લાભ થશે? હું એમને દોષી નથી માનતો કેમ કે એ બિચારાોએ તો એમ કહીને ભડકાવવામાં આવ્યા છે કે મેં ભારતમાં જઈને નેટાલના ગોરાઓની બુરાઈ અને બદનામી કરી છે. જો આ ઘટના માટે કોઈ દોષી છે, તો તમારા જેવા મોટા ઑફિસર છે, જેમણે એક ન્યૂઝ એન્જસીની વાત પર વિશ્વાસ કરી લીધો. હું કોઈના પર કેસ ચલાવવા નથી ઈચ્છતો. જ્યારે વાસ્તવિકતા અંગે આ લોકોને ખબર પડી જશે તો તેઓ ખુદ પોતાની કરતૂત પર પસ્તાશે.'' મિસ્ટર એ. સ્થમ્બના કહેવા પર ગાંધીજીએ એમને લખીને આપી દીધું કે તેઓ કોઈના પર કેસ નથી ચલાવવા ઈચ્છતા.

વકીલ ગાંધીની આ વાતનો આક્રમણકારીઓ પર ખૂબ ઊંડો પ્રભાવ પડ્યો. તેઓ પોતાની હરકત પર ખૂબ જ શરમમાં મૂકાયા. સમાચાર પત્રોવાળાઓએ પણ ગાંધીજીની પ્રશંસા કરતા આક્રમણકારી ગોરાઓની નિંદા કરી. આ ઘટનાથી ભારતવાસીઓની પ્રતિષ્ઠા વધી અને ગાંધીજીનો સત્યાગ્રહનો માર્ગ વધારે સુગમ તથા સરળ થઈ ગયો.

ગાંધીજી શ્રીનગરમાં બેગમ અબ્દુલ્લા (ડાબે) તથા સુશ્રી ખાલિદા અબ્દુલ્લા (જમણે)ની સાથે
(ઑગસ્ટ, ૧૯૪૭)

ક્રાંતિકારી પરિવર્તન

દક્ષિણ આફ્રીકામાં જેમ-જેમ ગાંધીજીની પ્રસિદ્ધિ અને પ્રતિષ્ઠા વધતી જી રહી હતી, એમનું કાર્યક્ષેત્ર પણ વિસ્તૃત થતું જઈ રહ્યું હતું. એમના સત્ય અને અહિંસાએ દક્ષિણ આફ્રીકાના નસ્લપરસ્ત ગોરાઓના જોશ અને ઉત્તેજનાને વધારે માત્રામાં ઠંડા કરી દીધા હતા. સરકારી ઑફિસર પણ અયોગ્ય પક્ષપાત ન કરવા પર મજબૂર થવા લાગ્યા હતા. ભારતવાસીઓમાં સાહસ અને હિમ્મત પેદા થઈ ગઈ હતી. એમનું ખોવાયેલું સન્માન પાછું આવી ગયું હતું. તેઓ પોતાના અધિકારોની પ્રાપ્તિ અને રક્ષા માટે એક જૂટ થઈ ગયા હતા. એમણે ગાંધીજીને પોતાના નેતા અને માર્ગદર્શક માની લીધા હતા. તેઓ ગાંધીજીના આદેશ પર પોતાનું બધું જ ન્યૌછાવર કરવા માટે તૈયાર થઈ ગયા હતા.

ગાંધીજીની વકીલાત સુચારૂ રૂપથી ચાલવા લાગી હતી. તેઓ વિચારવા લાગ્યા કે માનવતાની સેવા માટે કંઈક કરવું જોઈએ અને એની સાથે જ જીવનમાં સાદગી અપનાવવી જોઈએ જેથી માનવની સેવા માટે વધારેમાં વધારે સમય બજાવી શકાય. એમણે નેટાલમાં એક મોટું મકાન ભાડા પર લઈ લીધું. એ મકાનમાં ગાંધીજી પોતાના પરિવારના સભ્યો અને ઑફિસમાં કામ કરવાવાળાઓની સાથે રહેવા લાગ્યા.

સંયોગવશ એક દિવસે એક અપંગ કોઢી આશ્રમમાં પહોંચી ગયો. પહેલાં તો ગાંધીજીએ એને ખાવા માટે કશું આપીને ત્યાંથી હટાવી દેવા ઇચ્છ્યું પછી એને પોતાના રૂમમાં લઈ આવ્યા. એના ઘાને ધોયા, દવા લગાવી. પરંતુ વધારે દિવસો

સુધી એને ઘરમાં રાખી શકાય તેમ ન હતો આથે એને ગિરમિટિયાની સરકારી હૉસ્પિટલમાં મોકલી દીધો. પરંતુ આ ઘટનાએ ગાંધીજીને કોઢીઓ અને અસાહય રોગીઓની સેવા-સુશ્રુષા કરવાની પ્રેરણા આપી દીધી.

ત્યાં ડૉક્ટર બૂથ સેન્ટ એડમ્સ મિશનના અધિકારી હતા. દીન-દુ:ખીઓ પ્રત્યે એમના મનમાં અપાર દયા અને કરુણા હતી , તેઓ લોકોની મફત દવા કર્યા કરતા. એમની દેખરેખમાં રુસ્તમજીના દાનથી એક નાની એવી હૉસ્પિટલ ખોલવામાં આવી. ગાંધીજી આ હૉસ્પિટલમાં રોગીઓની સેવા-સુશ્રૃષા કરવા લાગ્યા. આ કામથી તેઓ ભારતવાસીઓની વધારે નજીક આવવા લાગ્યા. અસહાયો, રોગીઓ અને દીન-દુ:ખીઓની સેવાએ ગાંધીજીને સાદું જીવન જીવવાની પ્રેરણા આપી. એમણે તડક-ભડક પૂર્ણ જીવન છોડી દીધું અને અત્યંત સાદગીથી રહેવા લાગ્યા. એક વકીલ હોવા છતાં પણ તેઓ હાથથી ધોયેલા કપડાં પહેરીને જ અદાલતમાં જતાં.

મકાનમાં એમની સાથે પરિવારના સભ્યોના સિવાય બીજા લોકો પણ રહેતા હતા. એમાં બધા ધર્મો અને જાતિઓના લોકો હતા. પરંતુ તે બધા એ પ્રકારે રહેતા હતા જાણે તેઓ એક જ પરિવારના સદસ્ય છે. આફ્રીકામાં સમ્મિલિત જીવન માટે કરવામાં આવેલા આ પ્રયોગે જ ગાંધીજીને પહેલા ફિનિક્સમાં અને પછી સ્વદેશ પાછા ફરીને સાબરમતી આશ્રમની સ્થાપના કરવાની પ્રેરણા આપી. પછી જ્યારે સાબરમતીમાં આશ્રમની સ્થાપના થઈ ગઈ તો પવનાર અને અન્ય અનેક નગરોમાં આશ્રમ ખુલી ગયા, જ્યાં ગાંધીજીના વિચારોના સમર્થક એક જ પરિવારની જેમ રહેતા અને કામ કરતા હતા. આશ્રમ નિવાસીઓને બધું કામ પોતાના હાથોથી જ કરવું પડતું હતું. ભોજન બનાવવાથી લઈને શૌચાલય સાફ કરવા સુધી. આશ્રમવાસી કોઈ પણ પ્રકારના ભેદભાવ વગર બધા કામ કરતા હતા.

એ જ દિવસોમાં બોઅર યુદ્ધ આરંભ થઈ ગયું. આરંભમાં ગાંધીજીની સહાનુભૂતિ બોઅરો પ્રત્યે હતી. પરંતુ એમણે વિચાર્યું કે *"જ્યારે હું બ્રિટિશ સામ્રાજ્યની પ્રજાની હેસિયતથી અધિકારોની માંગ કરી રહ્યો છું, તો બ્રિટિશ રાજ્યની પ્રજા હોવાના સંબંધે એની રક્ષા કરવાનું મારું પ્રમુખ કર્તવ્ય છે. ભારત બ્રિટિશ સામ્રાજ્યનું એક અંગ બની રહીને જ પ્રગતિ કરી શકે છે."* આ વિચારની ગાંધીએ પોતાના કેટલાક સાથીઓની સાથે યુદ્ધમાં ઘાયલ અંગ્રેજ સૈનિકોની સેવા-સુશ્રૃષા કરવાવાળી એક ટુકડી તૈયાર કરી. ડૉક્ટર બૂકે પણ એમને પ્રોત્સાહિત કર્યા. એમણે ઘાયલ સૈનિકોની સેવા-સુશ્રૃષા કરવાની શિક્ષા પણ આપી અને

ગાંધીજીને પ્રમાણપત્ર પણ આપ્યા. આ ટુકડીમાં લગભગ અગિયારસો લોકો હતા. આ ટુકડીએ બોઅર યુદ્ધમાં બ્રિટનની ભરપૂર મદદ કરી.

બોઅર યુદ્ધ પછી ગાંધીજીએ આફ્રીકામાં રહેવાવાળા પોતાના ભારતીય મિત્રોથી કહ્યું, *"હવે આફ્રીકામાં એમના માટે કોઈ કામ નથી રહી ગયું અને હવે તેઓ ભારત જવા ઈચ્છે છે. જો ક્યારેય એમની જરૂર એ લોકોને પડશે તો તેઓ આફ્રીકા આવી જશે."*

આફ્રીકા પ્રવાસમાં ગાંધીજીને ભારતીયોએ અનેક મૂલ્યવાન ભેટ આપી હતી. જ્યારે તેઓ પોતાના પરિવાર સાથે ભારત પાછા ફરવા લાગ્યા તો ભારતીયોએ એમને ભેટથી લાદી દીધા. આ ભેટોમાં લાખો રૂપિયા મૂલ્યના સોનાના ઝવેરાત, અને હીરાની વીંટીઓ પણ હતી.

ગાંધીજી ઈચ્છતા તો આ ભેટોને પોતાની સાથે લાવી શકતા હતા, પરંતુ એમણે ૧૮૯૬થી ૧૯૦૧ અર્થાત્ આફ્રીકાથી આવતા સમયે જે પણ ભેટ મળી હતી એનું એક ટ્રસ્ટ બનાવી દીધું. જેનો ઉપયોગ આફ્રીકામાં રહેવાવાળા ભારતીય કલ્યાણ માટે નિશ્ચિત કરવામાં આવ્યું. પાંચ વર્ષ આફ્રીકામાં વિતાવ્યા પછી ગાંધીજી જ્યારે સ્વદેશ પાછા ફર્યા તો આફ્રીકામાં એક નવી ચેતના અને નવી ક્રાંતિનો સૂત્રપાત થઈ ચુક્યો હતો.

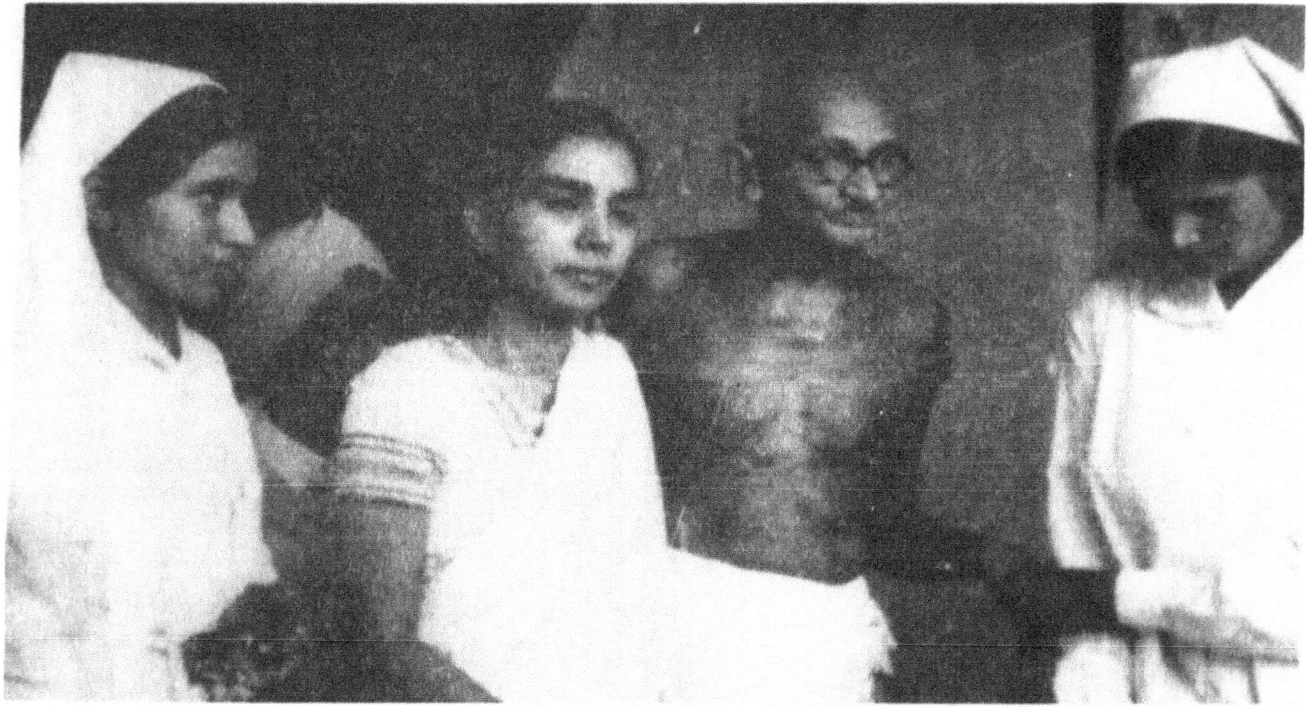

નેશનલ હૉસ્પિટલ, શ્રીનગરના નિરીક્ષણ દરમિયાન ગાંધીજી અને ડૉ. સુશીલા નૈય્યર

સ્વદેશમાં

જે દિવસોમાં ગાંધીજી ભારત પાછા ફર્યા, ત્યારે અખિલ ભારતીય કૉંગ્રેસનું અધિવેશન હતું. ગાંધીજીએ એક સ્વયંસેવકના રૂપમાં આ અધિવેશનમાં સામેલ થયા. પંડિત ગોપાલ કૃષ્ણ ગોખલે આફ્રીકામાં ગાંધીજી દ્વારા કરવામાં આવેલા કાર્યોથી સારી રીતે પરિચિત હતા. એમણે ગાંધીજીનો પરિચય આપતા દક્ષિણ આફ્રીકાના પ્રવાસી ભારતીયોની મદદ કરવાના સંબંધમાં એક પ્રસ્તાવ પણ પ્રસ્તુત કર્યો જેને સ્વીકાર પણ કરી દેવામાં આવ્યો.

ભારત પાછા ફરીને ગાંધીજીએ રાજકોટમાં પોતાનું કામ આરંભ કરી દીધું. કામ ઠીક ઢંગથી ચાલવા લાગ્યું. અચાનક એક દિવસે એ જ ભાવજી દવે આવી ગયા, જેમણે ગાંધીજીને બેરિસ્ટરની શિક્ષા પ્રાપ્ત કરવા માટે ઇંગ્લેન્ડ મોકલાવ્યા હતા. એમણે ગાંધીજીને મુંબઈ જવાની સલાહ આપી, જ્યાં વકીલાતની સાથે-સાથે લોકસેવા માટે પણ તક પ્રાપ્ત થઈ શકે. ભાવજી દવેની સલાહ માનીને ગાંધીજી મુંબઈ ચાલ્યા ગયા. એમણે એક ચેમ્બર ભાડા પર લઈ લીધી અને એની સાથે ગોરેગાંવમાં એક મકાન લઈ લીધું અને તેઓ વકીલાત કરવા લાગ્યા.

હજુ મુંબઈમાં એમનું કામ યોગ્ય ઢંગથી જામી શક્યું ન હતું કે દક્ષિણ આફ્રીકાથી એક પત્ર મળ્યો. જેમાંલખ્યું હતું કે બ્રિટનના પ્રધાનમંત્રી લૉર્ડ ચેમ્બરલેન લેવા આવી રહ્યા છે. આથી ગાંધીજી જલ્દી જ આફ્રીકા પહોંચી જાય.

ગાંધીજી જ્યારે દક્ષિણ આફ્રીકા પહોંચ્યા તો એમણે જોયું કે બોઅર યુદ્ધમાં પ્રવાસી ભારતીયોએ અંગ્રેજ સરકારની જે મદદ કરી હતી, તે એને ભૂલી ચુકી છે અને એમના પર કેટલીય નવી મુસીબતો લાદવામાં આવી રહી છે, જેનાથી

એમની સ્થિતિ દિવસે-દિવસે બગડતી જઈ રહી છે. ગાંધીજીએ પ્રવાસી ભારતીયોની સેવા-મદદ કરવાનો નિશ્ચય કરી લીધો અને જોહન્સબર્ગમાં રહેવા લાગ્યા. આ ૧૯૦૪ના પ્રારંભિક દિવસ હતા.

વકીલાતની સાથે જ એમણે 'ઇન્ડિયન ઓપીનિયન' નામનો સાપ્તાહિક પત્રનો ભાર પણ પોતાની ઉપર લઈ લીધો. વકીલાતની કમાણીમાંથી ખર્ચ કાઢીને જે કંઈ પણ બચતું હતું, ગાંધીજી એ સાપ્તાહિક પત્રમાં લગાવી દેતા હતા.

થોડા દિવસો પછી ડરબનની પાસે ફિનિક્સમાં એમણે વીસ એકર જમીન ખરીદી લીધી. એમાં પાણીનો એક નાનું એવું ઝરણું પણ હતું. ગાંધીજીએ એ જ જમીન પર બધા લોકોની મદદથી કેટલાક રૂમોનું નિર્માણ કરાવ્યું અને 'ઇન્ડિયન ઓપીનિયન' પત્રના પ્રકાશન માટે એક પ્રેસ લગાવી લીધું.

ગાંધીજીના એક અંગ્રેજ મિત્ર એલવર્ટ વેસ્ટ પ્રેસનું કામ કરતા હતા. તેઓ ડરબનમાં રહેતા હતા. ગાંધીજીના કહેવા પર પ્રેમનું કામ જોવા માટે તે પણ ફિનિક્સ આશ્રમમાં આવીને રહેવા લાગ્યા. પ્રેસમાં કામ કરવાવાળા તથા ગાંધીજીની ઑફિસમાં કામ કરવાવાળા બધા લોકો ફિનિક્સ આશ્રમની અંદર રહેવા લાગ્યા.

એ જમીની પાસે જ ૮૦ એકરનો એક બીજો ટુકડો હતો, જેમાં ફળો તેમજ ખૂબ જ વૃક્ષ લાગેલા હતા. થોડા સમય પછી એને પણ ખરીદી લેવામાં આવ્યો. આ પ્રકારે સન્ ૧૯૦૪માં ફિનિક્સની સ્થાપના થી. થોડા દિવસો પછી ગાંધીજીના મિત્ર મિસ્ટર પોલવ અને ગાંધીજીના કેટલાક સંબંધીઓ પણ ફિનિક્સ આશ્રમમાં રહેવા લાગ્યા.

થોડા દિવસો પછી જુલૂ વિદ્રોહ આરંભ થઈ ગયો. બોઅર યુદ્ધની જેમ ગાંધીજીએ જુલૂ વિદ્રોહમાં પણ બ્રિટિશ સરકારની મદદ કરી. એમણે નેટાલના ગવર્નરને એક પત્ર લખ્યો કે તે ઘાયલ સૈનિકોની સેવા-સુશ્રૃષા કરવા માટે ભારતીયોની એક ટુકડી લઈ જવા માટે તૈયાર છે. ગવર્નરે એમની પ્રાર્થના સ્વીકાર કરી લીધી અને એમણે સાર્જેન્ટનું અસ્થાયી પદ આપીને મોકલી દીધા. ગાંધીજીના અન્ય સાથીઓને સાર્જેન્ટ અને કારપોરલના પદ આપવામાં આવ્યા.

ગાંધીજીની ટુકડીએ છ અઠવાડિયા સુધી સેવા કરી પરંતુ હકીકતમાં તે વિદ્રોહ નહીં, કરબન્દી આંદોલન હતું. છાવણીાં પહોંચીને આ ટુકડીને જુલૂ ઘાયલોની તમારદારીનું કામ સોંપવામાં આવ્યું કેમ કે ગોરા ડોક્ટર એ લોકોની સેવા કરવા માટે તૈયાર થતા ન હતા. એમના ઘ સડી રહ્યાં હતા. જે રોગીઓની દેખભાળનું કામ આ ટુકડીને સોંપવામાં આવ્યું હતું, એમાંથી કેટલાક તો લડાઈમાં ઘાયલ થયા હતા, કેટલાક એવા હતે જેમને કોડોની સજા આપવામાં આવી હતી. કોડોના મારથી

એમની કમરમાં ઘા થઈ ગયા હતા અને કેટલાક કેદી હતા.

દક્ષિણ આફ્રીકામાં જોહાન્સબર્ગની અદાલતમાં વકીલાત કરતા-કરતા ગાંધીજીએ નિયમ બનાવી લીધો હતો કે ખોટા કેસ નહીં લડે. આ વાત બધા લોકોને ખબર હતી આથી લોકો એમની પાસે ખોટા કેસ લઈને આવતા પણ ન હતા.

એક વખત જ્યારે ગાંધીજી એક કેસની પેરવી કરી રહ્યાં હતા. અદાલતમાં પેરવી કરતા જ એમને ખબર પડી કે યુવકે એમનાથી જૂઠ્ઠું બોલ્યું છે. ગાંધીજીએ મેજિસ્ટ્રેટથી તરત કહ્યું કે કેસ ખારિજ કરી દેવામાં આવે. ગાંધીજીની આ વાતથી વિરોધી વકીલને ખૂબ આશ્ચર્ય થયું પરંતુ મેજિસ્ટ્રેટ ખૂબ ખુશ થયા. આ સત્ય પાલનથી ગાંધીજીની પ્રતિષ્ઠા વધારે વધી ગઈ.

પારસી રુસ્તમજી દક્ષિણ આફ્રીકામાં સર્વાધિક પ્રસિદ્ધ વેપારી હતા. સાર્વજનિક કાર્યોમાં તેઓ સતત ગાંધીજીનો હાથ બટાવતા રહેતા હતા અને આ પ્રકારના કાર્યો માટે મન ભરીને દાન આપતા રહેતા હતા. તમામ અચ્છાઈઓ છતાં એમનામાં એક બુરાઈ હતી. એમનો ચુંગીના અધિકારીઓ સાથે મેળ-મિલાપ હતો. આથી એમના પર કોઈ સંદેહ કરી શકતું ન હતું. તેઓ મુંબઈ અને કલકત્તાથી જે માલ મંગાવતા હતા એની ચુંગી પૂરી ચુકાવતા ન હતા અને ખૂબ મોટી રકમ બચાવી લેતા હતા.

એક વખત એમની ચુંગી ચોરી પકડાઈ ગઈ. તેઓ ગાંધીજીની પાસે પહોંચ્યા અને બોલ્યા, *"ભાઈ, આજે મારું પાપ પ્રગટ થી ગયું છે. હું ચુંગી ચોરી કર્યા કરતો હતો. આજે તે પકડાઈ ગઈ. મેં આ વાત તમારાથી છુપાઈ હતી, આજે પસ્તાઈ રહ્યો છું."*

ગાંધીજીએ સ્પષ્ટ કહી દીધું જો તે પોતાનો અપરાધ સ્વીકાર કરી લે તો તે એમને છોડાવી શકે છે. તે ચુંગીના ઑફિસર અને અટાર્ની જનરલથી મળીને એમના પર ફક્ત દંડ કરવા માટે પ્રાર્થના કરવાની જવાબદારી પોતાના ઉપર લઈ લીધી.

રુસ્તમજીને ડર હતો કે તે લોકો દંડ ન કરીને એમને જેલ ના મોકલી દે. ત્યારે ગાંધીજી એમને સમજાવ્યું કે જેલ જવામાં કોઈ શરમની વાત નથી, બલ્કે ચોરી કરવામાં શરમ અનુભવ થવી જોઈએ.

ગાંધીજી બંને ઑફિસરોથી મળ્યાં અને એમણે પારસી રુસ્તમજીની ચોરીની વાત સ્પષ્ટ શબ્દોમાં એમને બતાવી દીધી. બંને ઑફિસર ગાંધીજીની સત્યવાદિતાથી અત્યંત પ્રભાવિત થયા. એમણે આદેશ આપ્યો કે રુસ્તમજીએ જેટલી ચુંગીની ચોરી કરી છે, એનાથી બમણાં રૂપિયા લઈ લેવામાં આવે અને એમના પર કેસ ચલાવવામાં આવે. રુસ્તમજી પર આ ઘટનાનો એટલો ઊંડો પ્રભાવ પડ્યો કે એમણે પૂરી ઘટના લખીને ફ્રેમ કરાવીને પોતાની ઑફિસમાં લટકાવી દીધી.

ગાંધીજી લૉર્ડ પેથ્વીક લૉરેન્સથી મળવા વાઈસરૉય ભવન પહોંચ્યા

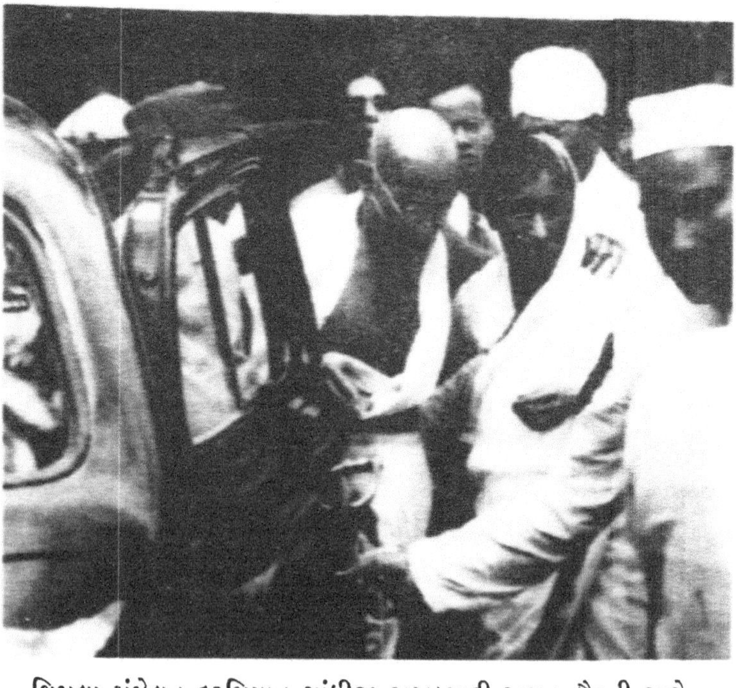

શિમલા સંમેલન દરમિયાન ગાંધીજી રાજકુમારી અમૃત કૌરની સાથે

સત્યાગ્રહ - એક નવી વિચારધારાનો જન્મ

ઝુલૂ વિદ્રોહમાં સોંપવામાં આવેલા કામને સમાપ્ત કરીને ગાંધીજી ફિનિક્સ આશ્રમમાં પાછા ફર્યા જ હતા કે અચાનક ૨૦ ઓગષ્ટ, ૧૯૦૬એ ટ્રાન્સવાલ સરકારના એક વિશેષ ગેજેટમાં એક ઓર્ડિનેન્સ પ્રકાશિત થયો, જેનો ઉદ્દેશ્ય દક્ષિણ આફ્રીકાના પ્રવાસી ભારતીયોને બરખાસ્ત કરવાનો હતો.

એ આર્ડિનેન્સની એક ધારા હતી કે, ''આઠ વર્ષ કે એનાથી વધારે આયુના પ્રત્યેક ભારતીયને ભલે જ તે સ્ત્રી હોય કે પુરુષ, ટ્રાન્સવાલમાં રહેવા માટે એશિયાટિક રજિસ્ટરમાં પોતાનું નામ નોંધાવવું પડશે અને પોતાના માટે રજિસ્ટ્રીનો પરવાનો લેવો પડશે. જે લોકો નિયત સમયમાં રજિસ્ટ્રી નહીં કરાવે, એમને ટ્રાન્સવાલમાં રહેવાનો કોઈ અધિકાર નહીં હોય અને જે વ્યક્તિ રજિસ્ટ્રેશન માટે આવેદન નહીં કરે, એમને જેલમાં મોકલી દેવામાં આવશે. અદાલત જેલની સાથે એમના પર દંડ અને દેશનિકાલાની સજા પણ આપી શકે છે.''

ગાંધીજીએ કેટલાક ગણમાન્ય ભારતીયોનો બોલાવીન એ આર્ડિનેન્સનો અર્થ સમજાવ્યો. બધા લોકો સ્થિતિની ગંભીરતા સમજી ગયા અને નિશ્ચય થયો કે એક સાર્વજનિક સભા બોલાવવામાં આવે.

૧૧ સપ્ટેમ્બર, ૧૯૦૬એ સાર્વજનિક સભાનું આયોજન કરવામાં આવ્યું. આ સભામાં કેટલાય પ્રસ્તાવ પાસ કરવામાં આવ્યા. જેમાં સૌથી મહત્ત્વપૂણ પ્રસ્તાવ એ હતો કે આ બિલનો વિરોધ કરવા માટે બધા પ્રકારના ઉપાય કામમાં લાવવામાં

આવે. જો છતાં પણ બિલ પાસ થઈ જાય તો આ કાનૂનનું પાલન કરવા પર જે કંઈ પણ સહેન કરવું પડે એને શાંતિપૂર્વક સહન કરીશું. એ સમયે આ આંદોલનનું નામ નિષ્ક્રિયા પ્રતિરોધ આપવામાં આવ્યું. પછીથી એને સત્યાગ્રહ કહેવામાં આવવા લાગ્યું.

નિષ્ક્રિયા પ્રતિરોધ છતાં બિલ પાસ થઈ ગયું. પરંતુ એશિયાટિક વિભાગના લાખ પ્રયત્ન કરવા પર પણ પાંચસોથી વધારે માણસોની રજિસ્ટ્રી ના કરાઈ. આ જોઈને એમણએ ભારતીયોની ધરપકડ કરવાનું શરૂ કરી દીધું.

જર્મિસ્ટન ભાગમાં ઘણા બધા ભારતીય રહેતા હતા. એમાં રામ સુંદર નામનો એક વ્યક્તિ પણ હતો. એને જ પહેલાં ધરપકડ કરીને જેલ લઈ જવામાં આવ્યો અને કેસ માટે એને અદાલતમાં રજૂ કરવામાં આવ્યો. એ સમયે અદાલત ભારતીયોથી ખચાખચ ભરી હતી. એમને એક મહીનાની સાધારણ કેદની સજા આપવામાં આવી. એમણે જોહાન્સબર્ગ જેલના યુરોપિયન વૉર્ડમાં અલગ રૂમમાં રાખવામાં આવ્યા. પરંતુ તે જેલ-જીવનથી ગભરાઈ ગયા અને માફી માંગીને જેલથી છૂટી ગયા અને પછી આફ્રીકા છોડીને ચાલ્યા ગયા. પરંતુ રામ સુંદરની ધરપડકથી ભારતીયોનો ઉત્સાહ દિવસે બમણો અને રાત્રે ચાર ગણો વધવા લાગ્યો.

ડિસેમ્બર ૧૯૦૭એ પ્રવાસી ભારતીયોમાંથી કેટલાકને અદાલતમાં હાજર થવા માટે સમંસ મળ્યું, એમાં ગાંધીજી પણ એક હતા. અદાલતમાં એમનાથી પૂછવામાં આવ્યું કે એશિયાટિક કાયદા અનુસાર રજિસ્ટ્રી ન કરાવવા પર એમના પર કેસ કેમ ન ચલાવવામાં આવે. મેજિસ્ટ્રેટે દરેક માણસ પર અલગ-અલગ કેસ ચલાવ્યો અને કેટલાકને ૪૮ કલાકની અંદર, કેટલાકને એક અઠવાડિયું અને કેટલાકને બે અઠવાડિયાની અંદર ટ્રાન્સવાલ છોડીને જવાનો આદેશ આપી દીધો.

અદાલતની આપેલી મિયાદ ૧૦ જાન્યુઆરીએ સમાપ્ત થતી હતી. એ દિવસે અદાલતમાં બધા લોકોનો બોલાવવામાં આવ્યા. ગાંધીજી અને એમના સાથીઓએ કોઈ સફાઈ ના આપી અને પોતાનો અપરાધ સ્વીકાર કરીને વધારેમાં વધારે સજાની માંગ કરી. મેજિસ્ટ્રેટે ગાંધીજીને બે મહીનાની સજા સંભલાવી દીધી અને જેલમાં મોકલી દીધા. થોડા સમય પછી એક પોલિસ અધિકારીએ જેલનો દરવાજો ખોલ્યો અને ગાંધીજીને પોતાની સાથે લઈને ચાલી નિકળ્યો. બહાર આવીને ગાંધીજીને જેલની ગાડીમાં બેસાડી દેવામાં આવ્યા અને ગાડી જોહાન્સબર્ગ જેલની તરફ ચાલી નિકળી.

પ્રથમ જેલ યાત્રા

આ ગાંધીજીની પ્રથમ જેલ યાત્રા હતી. જેલમાં પહોંચતા જ એમના કપડાં ઉતરાવીને જેલના કપડા આપવામાં આવ્યા. નામ-સરનામુ લખ્યા પછી જેલ કર્મચારી એમને એક મોટા રૂમમાં લી ગયા. થોડા સમય પછી એમના કેટલાક સાથી ત્યાં પહોંચી ગયા. તે બધા પ્રસન્ન હતા. એમને જેલની સજાની કોઈ ચિંતા ન હતી. ગાંધીજી અને એમના સાથીઓને એ જ મોટા રૂમમાં રાખવામાં આવ્યા બીજા-ત્રીજા દિવસથી સત્યાગ્રહી કેદીઓની ટોળીઓ જેલમાં આવવા લાગી. તેઓ બધા હસી-ખુશીથી જાણી જોઈને પકડાઈ રહ્યાં હતા.

આ જેલ યાત્રિઓમાં મોટાભાગે ફેરીવાળા હતા. દક્ષિણ આફ્રીકાના કાયદા અનુસાર દરેક ફેરીવાળાને ભલે જ તે ગોરો જ કેમ ના હોય પરવાનો લેવો પડતો હતો અને એને દરેક સમયે પોતાની પાસે રાખવો પડતો હતો. જ્યારે પોલિસ માંગતી હતી, બતાવવો પડતો હતો. જેની પાસે પરવાનો ના હોય એને પોલિસ પકડી લેતી હતી. ફેરાવાળાઓએ જ્યારે પોલિસવાળાઓથી પરવાનો માંગ્યો તો એમણે પરવાનો બતાવવાથી ઈન્કાર કરી દીધો. ધડાધડ ધરપકડો થવા લાગી અને એક સપ્તાની અંદર લગભગ સો ફેરીવાળા જેલમાં પહોંચી ગયા અને જ્યારે સત્યાગ્રહીઓની સંખ્યા વધવા લાગી તો એમને મોટી સજા આપવામાં આવવા લાગી.

જોહાન્સબર્ગ જેલમાં સાધારણ સજાવાળા કેદીઓને સવારે મકાઈના દળિયા મળતા હતા. દળિયામાં મીઠું નાખવાને બદલે અલગથી આપવામાં આવતું હતું. બપોરના બાર વાગ્યે એક પાવ ભાત, એક ડબલ રોટલી, અડધી ચમચી ઘી અને

થોડું બટાકાનું શાક મળતું હતું. જે માલ આપવામાં આવતો હતો તે પાતળો હતો. આટલા ખાવાથી લોકોનું પેટ ભરાતું ન હતું. જ્યારે જેલના ડૉક્ટરથી કેટલાક મસાલા માંગવામાં આવ્યા તો ડૉક્ટરે કડક થઈને જવાબ આપ્યો - ''આ ભારત નથી. અહીંયા કેદીઓને મસાલા નથી આપવામાં આવતા.''

કેદીઓને જે ખાવાનું આપવામાં આવતું હતું, એમાં પૌષ્ટિક પદાર્થ એક પણ ન હતો. આથી દાળની માંગ કરવામાં આવી. ડૉક્ટરે જવાબ આપ્યો - ''અઠવાડિયામાં બે વખત મકાઈને બદલા સાંજે વટાણા આપવામાં આવે તે છે ત પૂરતું છે.''વધારે સંઘર્ષ કર્યા પછી જેલ સુપ્રિન્ટેન્ડન્ટે કેદીઓને પોતાનું ખાવાનું ખુદ બનાવવાની અનુમતિ આપી દીધી. ગાંધીજી અને એમના સાથી ભોજન ખુદ જ બનાવવા લાગ્યા.

ધીમે-ધીમે સત્યાગ્રહી કેદીઓની સંખ્યા વધતા-વધતા દોઢસો થઈ ગઈ. પંદર દિવસ પછી નવા કેદીઓએ આવીને બતાવ્યું કે સરકારની સાથે સમાધાનની વાત ચાલી રહી છે. થોડા દિવસો પછી જનરલ સ્મટ્સે ગાંધીજીને બોલાવ્યા અને એમનાથી કહ્યું કે તેઓ ભારતીયોને સમજાવે કે પોતાની ઈચ્છાથી પોતાના બરવાના બદલાવી લે, જેનાથી એમના પર કાયદાની કોઈ પાબંદી નહીં હોય. એ નક્કી કરવામાં આવ્યું કે નવો પરવાનો ભારતીયોની સલાહથી બનાવવામાં આવશે. જો ભારતીય આ પ્રસ્તાવને સ્વેચ્છાથી સ્વીકાર કરી લેશે તો આ કાયદો રદ કરી દેવામાં આવશે અને બધા કેદીઓને છોડી દેવામાં આવશે. બધાએ આ પ્રસ્તાવનો સ્વીકાર કરી લીધો અને બધા કેદીઓને છૂટા કરી દેવામાં આવ્યા.

જેલથી ગાંધીજી સીધા જોહાન્સબર્ગ પહોંચ્યા. એ જ રાત્રે જરૂરિ મિટિંગ થઈ. મિટિંગમાં બે પઠાણોને છોડીને કોઈએ આ સમાધાનનો વિરોધ ના કર્યો કેમ કે, તેઓ સ્વેચ્છાથી પણ આંગળીતઓની છાપ આપવા માટે તૈયાર નથી. સન ૧૯૦૮, ૧૦ ફેબ્રુઆરીએ ગાંધીજી કેટલાક લોકોની સાથે પરવાનો લેવા જવા માટે તાયર થઈ ગયા. ગાંધીજીની ઑફિસ જ સત્યાગ્રહની ઑફિસ હતી. જ્યારે ગાંધીજી પોતાની ઑફિસની પાસે પહોંચ્યા તો એમણે અંદર આલમ પઠાણ અને એના કેટલાક મિત્રોને ઑફિસની બહાર ઊભેલા જોયા.

મીર આલમ ગાંધીજીનો જૂનો મુવક્કિલ હતો. બધા કામોમાં ગાંધીજીની સલાહ લીધા કરતો હતો. પહેલા તે જ્યારે પણ આવતો હતો, ઑફિસની અંદર જઈને બેસતો હતો. એ દિવસે પહેલી વખત ગાંધીજીએ એને ઑફિસની બહાર ઊભેલો જોયો. એના સિવાય એણે ગાંધીજીને સલામ પણ ના કરી. આ જોઈને ગાંધીજીએ એને સલામ કરીને પૂછી લીધું, ''કેમ છો મીર આલમ?''

મીર આલમે ધીમેથી કહ્યું, ''સારો છું.'' પરંતુ ના ચહેરા પર હંમેશાં જેવી ખુશી ન હતી. ગાંધીજીએ અનુભવી લીધું કે જરૂર કંઈક ને કંઈક ગરબડ થશે. તે

વિચારમાં ડૂબીને ઑફિસમાં ચાલ્યા ગયા. થોડ ક્ષણ પછી કેટલાક બીજા લોકો આવી ગયા અને ગાંધીજી બધાને સાથે લઈને એશિયાટિક ઓફિસ તરફ ચાલી નિકળ્યા. મિર આલમ અને એમના સાથી પણ ગાંધીજીની પાછળ ચાલી નિકળ્યા. એશિયાટિક ઑફિસ ગાંધીજીની ઑફિસથી લગભગ એક માઈલ દૂર હતી. તે એક મોટા મેદાનમાં હતી. એક મોટા રસ્તાથી ત્યાં જવું પડતું હતું. જ્યારે ઑફિસ ફક્ત પાંચ પગલાં દૂર રહી ગઈ, તો મીર આલમ ઝડપથી વધીને ગાંધીજીની નજીક પહોંચી ગયો. એણે પૂછ્યું - *''ક્યાં જઈ રહ્યાં છો?''* ગાંધીજીએ જવાબ આપ્યો - *''દસ આંગળીઓની છાપ આપીને પરવાનો કઢાવવા ઈચ્છું છું. તારે પરવાને લેવો હોય તો ચાલ. હું પહેલાં તારો જ પરવાનો કઢાવી દઈશ.''*

ગાંધીજીની વાત પૂરી નહોતી થઈ કે એક લાકડી એમના માથાના પાછળા ભાગમાં આવીને લાગી અને તેઓ બેભાન થઈ ગયા 'હે રામ' કહીને ધરતી પર પડી ગયા. મીર આલમ અને એમના સાથી ગાંધીજીને લાકડીઓ અને લાતોથી મારવા લાગ્યા. ચારે તરફ શોર મચી ગયો. રસ્તા પર ચાલતા ગોરા એકઠા થઈ ગયા. મીર આલમ અને એમના સાથી ભાગ્યા, પરંતુ ગોરાઓએ પકડી લીધા. ત્યાં સુધી કે પોલિસ પણ ત્યાં પહોંચી ગઈ અને મીર આલમ અને એના સાથીઓને હિરાસતમાં લઈ લીધા. નજીકમાં જ એક ગોરાની ઓફિસ હતી. કેટલાક ગોરા ગાંધીજીને ઉઠાવીને એ ઑફિસમાં લઈ આવ્યા.

થોડા સમય પછી જ્યારે ગાંધીજીને હોશ આવ્યો તો એમના મિત્ર વીરેન્દ્ર ડોકે પૂછ્યું- *''હવે તમે કેવું અનુભવો છો?''* ગાંધીજીએ હસીને કહ્યું - *''મારા દાંતો અને પાંસળીઓમાં દર્દ છે. મીર આલમ ક્યાં છે?''* વીરેન્દ્ર ડોકે બતાવ્યું, *''મીર આલમ અને એના સાથીને પકડી લેવામાં આવ્યા છે. પોલિસ તમને હૉસ્પિટલ લઈ જવા ઈચ્છે છે, કેમ કે તમારા હોઠ અને ગાલ પૂરી રીતે ફાટી ગયા છે. સારું થશે કે તમે ઘેર ચાલો. હું અને મારી પત્ની તમારી સેવા સુશ્રૂષા કરી લઈશું.''* ગાંધીજી વિરેન્દ્ર ડોકના ઘેર જવા માટે તૈયાર થઈ ગયા. ત્યારે જ એશિયાટિક ઑફિસના અધિકારી મિસ્ટર ચમની પણ ત્યાં પહોંચી ગયા અને ગાંધીજીની સાથે વિરેન્દ્ર ડોકના ઘેર આવી ગયા.

ગાંધીજીએ મિસ્ટર ચિમનીથી કહ્યું કે તે કાગળ મંગાવી લે અને સૌથી પહેલાં એમનું જ રજિસ્ટ્રેશન કરે. ગાંધીજીના અનુરોધ પર મિસ્ટર ચિમની કાગળ લેવા પોતાની ઑફિસમાં ચાલ્યા ગયા.

ગાંધીજીએ અટાર્ની જનરલ અને સરકારી વકીલને પત્ર પાઠવ્યો કે, *''મીર આલમ અને એમના સાથીઓએ મારા પર જે હુમલો કર્યો છે, એના માટે હું એમને દોષી નથી માનતો. હું ઈચ્છું છું કે એમને મુક્ત કરી દેવામાં આવે.''* આ પત્રનું પરિણામ એ થયું કે મીર આલમ અને એના સાથીને છોડી દેવામાં આવ્યા.

પરંતુ જોહાન્સબર્ગના ગોરાઓએ અટાર્ની જનરલને એક લાંબો પત્ર લખ્યો. એમણે એ પત્રમાં લખ્યું કે - ''અપરાધીઓને દંડ આપવાના સંબંધમાં ગાંધીજીના જે પણ વિચાર છે, તે દક્ષિણ આફ્રીકામાં નથી ચાલી શકતા. અપરાધીઓએ એમને માર્યા છે, ભલે જ તે કશું ના કરે. પરંતુ અપરાધીઓને એમના ઘરમાં ઘૂસીને નથી માર્યા. રસ્તા પર માર્યા છે. આ એક સાર્વજનિક અપરાધ છે. કેટલા જ અંગ્રેજ એ વાતની સાક્ષી આપી શકે છે. આથી અપરાધિયોનું ચલણ થશે અને એમના પર કેસ ચલાવવો જરૂરી છે.'' ગોરાઓના ઉ પત્ર અનુસાર મીર આલમ અને એના એક સાથીની ધરપકડ કરી લેવામાં આવી અને એમને ૬-૬ મહીનાની સખત કેદની સજા આપવામાં આવી.

જ્યારે મિસ્ટર ચિમની કાગળ લેવા પોતાની ઑફિસમાં ગયા હતા, તો ડૉક્ટર આવી ગયા હતા. એમણે ગાંધીજીના શરીરની તપાસ કરી. એણે એમના ફાટેલા હોઠને સીવ્યા. પાંસળીઓની તપાસ કરીને માલિશ કરવાની દવા આપી દીધી. સાથે જ કહ્યું કે તેઓ ધીમે-ધીમે બોલે, નહીંતર ટાંકા તૂટી જશે એનાથી ગાંધીજીનું બોલવાનું બંધ થઈ ગયું. તેઓ હાથોના સંકેતથી કામ ચલાવવા લાગ્યા.

એ જ સ્થિતિમાં એમણે પ્રવાસી ભારતીયોના નામે ગુજરાતીમાં એક નાનો-એવો પત્ર લખીને સમાચાર પત્રોમાં પ્રકાશિત કરાવવા માટે અધ્યક્ષને આપી દીધો. ગાંધીજીએ એ પત્રમાં લખ્યું હતું - ''મારી સ્થિતિ સારી છે. મિસ્ટર ડોક અને એમની પત્ની તન-મનથી મારી સેવા સુશ્રૂષા કરી રહ્યાં છે. હું ખૂબ જલ્દી જ કામ કરવા યોગ્ય થઈ જઈશ. આક્રમણ કરવાવાળાઓથી મને કોઈ દ્વેષ નથી. એમણે અજ્ઞાનતાને કારણે એવું કર્યું છે. એના પર કોઈ કેસ ન ચલાવવામાં આવે. જો આપણે બધા ભાઈ શાંત રહીશું, તો આ ઘટના આપણા લોકો માટે લાભદાયક સાબિત થશે. હિન્દૂ લોકો મનમાં બિલ્કુલ ક્રોધ ન લાવે. હું ઈચ્છું છું કે આ ઘટનાને કારણે હિન્દૂ-મુસલમાનોમાં વેર-વિરોધ પેદા ન થાય. બલ્કે, પરસ્પર પ્રેમ વધે. મારે માર ખાવો પડ્યો, કદાચ આગળ પણ ખાવો પડે. તો પણ હું એ જ સલાહ આપું છું કે કે બધા મળીને એ જ પ્રયત્ન કરે કે આપણામાંથી મોટાભાગના લોકો પોતાની દસેય આંગળીઓની છાપ આપીએ. કોમ અને બીજા ગરીબોનું હિત એમાં જ છે. એનાથી જ એમની રક્ષા થશે. જો આપણે સાચ્ચા સત્યાગ્રહી છીએ તો મારથી કે ભવિષ્યમાં વિશ્વાસઘાત થવાની આશંકાથી બિલ્કુલ પણ નહીં ડરીએ, જે લોકો આંગળીઓની છાપ ન આપવા પર અડ્યાં છે તેઓ ભૂલ કરી રહ્યાં છે. હું પરમાત્માથી પ્રાર્થના કરું છું કે કોમનું ભલું કરો. એને સત્યના માર્ગ પર ચાલવાની પ્રેરણા આપો અને મારા લોહીથી હિન્દૂ-મુસલમાનોમાં એકતા સ્થાપિત કરો.''

ગાંધીજીનો આ પત્ર પ્રકાશિત થતાં જ ફક્ત પ્રવાસી ભારતીયોને જ નહીં મોટાભાગના અંગ્રેજોના હૃદય પણ ગાંધીજી પ્રત્યે સ્નેહ, સહાનુભૂતિ અને સન્માનથી ભરાઈ ઉઠ્યા.

સત્યાગ્રહ

પ્રવાસી ભારતીયોએ સ્વેચ્છાથી રજિસ્ટ્રેશન કરાવી લીધું તો ટ્રાન્સવાલ-સરકારને સંતોષ થઈ ગયો. આવી સ્થિતિમાં સરકારને જોઈતું હતું કે તે એ કાળા કાયદાને રદ્દ કરી દેતી, પરંતુ એ કાયદાને રદ કરવાને બદલે જનરલ સ્મટ્સે એક વક્તવ્ય આપ્યું. એ વક્તવ્યમાં એમણે કાળા કાયદાને યથાવત્ રાખીને એચ્છીક પરવાનાઓને કાનૂની ઘોષિત કરી દીધા અને સાથે જ એ પણ કહી દીધું કે જે પ્રવાસી ભારતીય અત્યાર સુધી પરવાના લઈ ચુક્યા છે, એમના પર કાળો કાયદો અમલ નહીં થાય.

ગાંધીજીને આ વક્તવ્ય વિશે પત્ર દ્વારા જાણ થઈ, તો એમણે કોઈ જવાબ ના આપ્યો. ત્યારે એમણે ટ્રાન્સવાલ સરકારને એક જોરદાર પત્ર લખ્યો. એમાં કહેવામાં આવ્યું હતું કે સમાધાન અનુસાર સરકારે 'એશિયાટિક કાયદો' રદ નથી કર્યો. જો કાયદાને રદ કરવા માટે સરકાર ના કહેશે, તો એ તમામ પરવાનાઓને સળગાવી દેવામાં આવશે. એવું કરવા પર જે પણ સંકટ આવશે, ભારતીય એ સહન કરવા માટે તૈયાર છે.

આ અલ્ટીમેટમની તિથિ ત્યાં જ નિશ્ચિત કરવામાં આવી હતી, જે દિવસે બીજો એશિયાટિક કાયદો સ્વીકૃત થવાનો હતો. મિયાદ વીતી ગયાના બે કલાક પછી પરવાનાને સળગાવવાનો સાર્વજનિક સમારોહ કરવા માટે એક સભા બોલાવવામાં આવી હતી. સભાની કાર્યવાહી આરંભ થવાની જ હતી કે એક સ્વયં સેવક સાઈકલથી ત્યાં પહોંચી ગયો. એણે એક ટેલીગ્રામ ગાંધીજીના હાથમાં થમાવી દીધો. સરકારે આ તાર દ્વારા અલ્ટીમેટમવાળા આવેદન પત્રનો જવાબ

આપ્યો હતો. એણે પ્રવાસી ભારતીયોના નિશ્ચય પર દુઃખ પ્રગટ કરીને લખ્યું હતું કે તે પોતાના નિશ્ચયમાં કોઈ પરિવર્તન નથી કરી શકતી.

ગાંધીજીએ ટેલીગ્રામ વાંચીને સભાને સંભળાવી દીધો. સભાએ ખૂબ જોશ-ખરોશની સાથે સરકારના આ જવાબનું સ્વાગત કર્યું. જેવી રીતે જો સરકાર અલ્ટીમેટમવાળા આવેદન પત્રની માંગોને સ્વીકાર કરી લેથી તો પ્રવાસી ભારતીયના હાથથી પરવાનાઓની હોળી સળગાવવાનો શુભ અવસર નિકળી જતો.

સભાની કાર્યવાહી આરંભ થઈ. કમિટીની પાસે એ સમય સુધી બે હજારથી પણ વધારે પરવાના સળગાવવા માટે એક્ઠા થઈ ગયા હતા. ગાંધીજીએ એ પરવાનાઓને એક કડાઈમાં નાંખીને ઉપરથી તેલ છાંટી દીધું અને પછી આગ લગાવી દીધી. જ્યાં સુધી પરવાના સળગતા રહ્યા, ઉપસ્થિત ભીડ ઊભી થઈને તાળીઓ વગાડતી રહી. તાળીઓથી આખું મેદાન ગૂંજી ઉઠ્યું. હજુ સુધી જે લોકોએ પરવાના મોકલ્યા ન હતા, તેઓ એમને મંચ પર ફેંકવાના શરૂ કરી દીધા. ગાંધીજીએ એને પણ કડાઈમાં નાંખી દીધા.

ધારાસભાની જે બેઠકમાં બીજો એશિયાટિક કાયદો પાસ કરવામાં આવ્યો હતો, એમાં જ જનરલ સ્મટ્સે બીજું એક બિલ રજૂ કર્યું, એનું નામ ઈમિગ્રેન્ટ્સ રેસ્ટ્રિક્શન બિલ હતું. આ બિલથી એક પણ નવો ભારતવાસી દક્ષિણ આફ્રીકામાં પ્રવેશ કરી શકતો ન હતો. આ પ્રવાસી ભારતીયોના અધિકારો પર નવો અને સૌથી જોરદાર કુઠારાઘાત હતો. આથી એનો વિરોધ કરવો અત્યંત જરૂરી હતો.

સત્યાગ્રહ આરંભ થઈ ગયો. સરકાર જેલમાં સત્યાગ્રહીઓની ભીડ જોઈને પરેશાન થઈ ઉઠી. એણે એ લોકોને જેલમાં નાખવાને બદલે દેશ નિકાલો આપવાનો પ્રારંભ કરી દીધું. પરંતુ ધરપકડ થવાવાળાઓની સંખ્યા દિન-પ્રતિદિન વધતી જ ચાલી ગઈ.

જે લોકો સત્યાગ્રહમાં ભાગ લઈને જેલ ચાલ્યા જતા હતા, સત્યાગ્રહ કમિટી તરફથી એમના પરિવારોના ભરણ-પોષણ માટે આર્થિક મદદ આપવામાં આવતી હતી. પરંતુ આ રીતે સાર્વજનિક ધનનું દુરુપયોગ સાબિત થયો. એના સિવાય સૌથી મોટી સમસ્યા એ સત્યાગ્રહીઓની હતી જે જેલથી છૂટીને આવી રહ્યાં હતા એમને નોકરી મળતી ન હતી. આથી એ નિશ્ચય કરવામાં આવ્યો કે એવી વ્યવસ્થા કરવામાં આવે, જેનાથી સત્યાગ્રહી પોતાના પરિવારની સાથે રહી શકે અને ઓછામાં ઓછા પૈસામાં એમનો ગુજારો થઈ શકે.

ગાંધીજીના વિચારો અને કાર્યોથી પ્રભાવિત મિસ્ટર કેલન બેકે પોતાની અગિયાર એકર જમીન ગાંધીજીને મફતમાં આપી દીધી. આ જમીનમાં લગભગ એક હજાર વૃક્ષ હતા, બે કુવા અને એક નાનું ઝરણું હતું. આથી પીવાના પાણીની કોઈ સમસ્યા ન હતી. ત્યાંથી લાલી રેલવે સ્ટેશન ફક્ત એક માઈલ દૂર હતું અને

જોહાન્સબર્ગ એકવીસ માઈલના અંતર પર હતું. આ જમીનમાં મોસંબી, જરદાળું અને બોરના એટલા વૃક્ષ હતા કે આ ફળોની ઋતુમાં સત્યાગ્રહીઓને ભરપેટ ખાધા પછી પણ બચી જતા હતા. બધા લોકોએ મળીને સ્ત્રીઓ માટે દસ અને પુરુષો માટે સાંહીઠ મકાન બનાવી લીધા, એક મકાન મિસ્ટર કેલન બેક માટે પણ બનાવી દેવામાં આવ્યું. એક પાઠશાળા ભવન પણ બનાવી દેવામાં આવ્યું.

આ આશ્રમનું નામ 'ટૉલ્સટૉય આશ્રમ' રાખવામાં આવ્યું. આ આશ્રમમાં લગભગ ચાલીસ યુવક, બે-ત્રણ વૃદ્ધ, પાંચ સ્ત્રીઓ અને પચ્ચીસ-ત્રીસ બાળકો હતો, જે આન્ધ્ર, ગુજરાત અને ઉત્તર ભારતના નિવાસી હતા. એમાં હિન્દૂ, ફારસી, ઈસાઈ અને મુસલમાન, બધા ધર્મોને માનવાવાળા લોકો હતા.

આ આશ્રમમાં ખાવાનું બનાવવાથી લઈને શૌચાલયની સફાઈ સુધીના બધા કામ આશ્રમવાસીઓએ જ કરવા પડતા હતા. ટૉલ્સટૉય ફાર્મ હકીકતમાં સામૂહિક જીવનનો એક વિશાળ પ્રયોગ હતો, જે સફળ થયો. ગાંધીજીએ એ જ સફળતાથી પ્રેરિત થઈને ભારત પાછા આવવા પર કેટલાય સ્થાનોમાં આશ્રમોની સ્થાપના કરી હતી. એમનાથી પ્રેરણા મેળવીને કેટલાય અન્ય સામાજિક કાર્યકર્તાઓએ પણ દેશના વિભિન્ન સ્થાનમાં આશ્રમ સ્થાપિત કર્યા, જે દીન-દુઃખીઓ, પછાત જન-જાતિઓ વગેરેના કલ્યાણકારી કાર્યોમાં આજે પણ કાર્યરત છે.

સન્ ૧૯૦૧માં દક્ષિણ આફ્રીકાથી પહેલી વખત ભારત આવવા પર ગાંધીજીએ કૉંગ્રેસના કલકત્તા અધિવેશનમાં ભાગ લીધો હતો અને દક્ષિણ આફ્રીકાના પ્રવાસી ભારતીયોની મદદના સંબંધમાં એક પ્રસ્તાવ પણ રજૂ કર્યો હતો. કલકત્તા અધિવેશનમાં જ ગાંધીજી ભારતીય જનતાની સામે એક સામાજિક તથા રાજનૈતિક નેતાના રૂપમાં આવ્યા. પરંતુ ભારતીયોએ એમને ભારતના નહીં, ફક્ત દક્ષિણ આફ્રીકાના નેતા માન્યા. ગાંધીજી દ્વારા પ્રસ્તુત પ્રસ્તાવને કારણે જ ભારતીય નેતાઓમાં દક્ષિણ આફ્રીકાના પ્રવાસી ભારતીયો પ્રત્યે જિજ્ઞાસા તથા સહાનુભૂતિની ભાવના પેદા થઈ. પરંતુ વર્ષો સુધી કોઈ પણ ભારતીય નેતાએ દક્ષિણ આફ્રીકા જઈને પ્રવાસી ભારતીયોની દશા પોતાની આંખોથી જોવાનો પ્રયત્ન ના કર્યો.

સન્ ૧૯૧૨માં ભારતીય નેતાઓમાં અગ્રણી ગોપાલ કૃષ્ણ ગોખલે પહેલી વખત દક્ષિણ આફ્રીકા ગયા. ભારતીય કૉંગ્રેસના નેતાઓની ઈચ્છા હતી કે આઠ-નવ વર્ષથી ચાલી આવી રહેલા દક્ષિણ આફ્રીકાની સરકારના કાળા કાયદાઓના વિરોધમાં પ્રવાસી ભારતીયોના સત્યાગ્રહને સમાપ્ત કરાવવામાં આવે અને દક્ષિણ આફ્રીકી સરકાર અને પ્રવાસી ભારતીયોની વચ્ચે સન્માનપૂર્ણ સમાધાન કરાવવામાં આવે.

ગોપાલ કૃષ્ણ ગોખલે અને જનરલ બોથાની સાથે કેટલાય દિવસ લાંબી-લાંબી વાર્તાઓ થઈ. ગોખલેએ પ્રવાસી ભારતીયોને આશ્વાસન આપ્યું કે આગલા વર્ષે કાળો કાયદા સમાપ્ત થઈ જશે અને ત્રણ પાઉન્ડનો ટેક્સ દૂર કરી દેવામાં આવશે,

જેનાથી પ્રવાસી ભારતીયો પણ અન્યોની જેમ સન્માનપૂર્ણ જીવન જીવી શકશે. પરંતુ એક વર્ષ વિતી ગયું. કાળો કાયદો યથાવત્ લાગૂ રહ્યો. ગાંધીજીએ સત્યાગ્રહની તૈયારીઓ આરંભ કરી દીધી. આ સત્યાગ્રહનો એક માત્ર ઉદ્દેશ્ય પ્રવાસી ભારતીયો પર લાગેલા ત્રણ પાઉન્ડના ટેક્સને સમાપ્ત કરવાનો હતો.

પાછલા સત્યાગ્રહ આંદોલનોમાં પ્રવાસી ભારતીય મહિલાઓને ગાંધીજીએ ભાગ લેવા દીધો ન હતો કેમ કે તેઓ દક્ષિણ આફ્રીકા સરકારના અમાનવીય વ્યવહારો અને બર્બરતાથી સારી રીતે પરિચિત હતા. એમને દક્ષિણ આફ્રીકાના જેલ જીવનનો પર્યાપ્ત અનુભવ થઈ ચુક્યો હતો, આથી સત્યાગ્રહ માટે ઉત્સુક હોવા પર પણ ગાંધીજીએ એમને ભાગ લેવા દીધો ન હતો. પરંતુ સન્ ૧૯૧૩માં એક એવી ઘટના થઈ ગઈ, જેનો સીધો સંબંધ પ્રવાસી ભારતીય મહિલાઓથી હતો.

નેટાલની અદાલતમાં એક એવો કેસ આવ્યો, જેમાં મેડિસ્ટ્રેટે એ નિર્ણય આપ્યો કે દક્ષિણ આફ્રીકામાં એ જ લગ્ન કાયદો સંમત માનવામાં આવશે, જે ઈસાઈ ધર્મ અનુસાર થયા હોય અને જે અધિકારીને ત્યાં રજિસ્ટ્રેશન થયું હોય. એનો અર્થ એ હતો કે ઈસાઈ ધર્મના રીતિ-રિવાજો સિવાય અન્ય કોઈ પણ ધર્મના રીત-રિવાજ અનુસાર થયેલા લગ્નને કાયદો માન્યતા નહીં આપે.

આ ભયંકર તથા અન્યાય અને પક્ષપાત પૂર્ણ નિર્ણય અનુસાર દક્ષિણ આફ્રીકામાં રહેવાવાળા હિન્દુઓ, મુસલમાનો અને ફારસી વગેરે બધા ભારતીયોના લગ્ન ગેરકાનૂની રદ કરી દેવામાં આવ્યા અને દક્ષિણ આફ્રીકામાં રહેવાવાળા ભારતીયોની પત્નીઓના પત્નીના દરજાને રદ કરીને રખેલનો દરજો આપવામાં આવ્યો. જેનાથી પત્નીએ પોતાના પતિની સંપત્તિથી તથા એની સંતાનને પોતાના પિતાના ઉત્તરાધિકારથી વંચિત કરી દેવામાં આવ્યા.

આ ભયંકર અપમાનને દક્ષિણ આફ્રીકાની પ્રવાસી ભારતીય નારીઓ સહન ના કરી શકી અને એમણે એ નિર્ણયનો વિરોધ કરવાનો નિશ્ચય કરી લીધો. આ સ્ત્રીઓને સત્યાગ્રહમાં સામેલ થવાથી રોકી ના શકાયા. એમને જેલમાં થવાવાળી તકલીફોને વધારી-ચઢાવીને બતાવવામાં આવી જેથી તેઓ ભયભીત થઈને પોતાનો વિચાર સ્થગિત કરી દે. પરંતુ કોઈ પણ ભય એમના ઈરાદાઓને ના બદલી શક્યો. એમાંથી એક સ્ત્રી ગર્ભવતી હતી. કેટલીય સ્ત્રીઓના ખોળામાં નાના-નાના બાળકો હતા. પરંતુ એમણે પણ કોઈ ચિંતા ના કરી અને સત્યાગ્રહમાં સામેલ થઈ ગઈ.

એ નિશ્ચય કરવામાં આવ્યો કે બધી સત્યાગ્રહી મહિલાઓમાં, જેમાં ગાંધીજીની પત્ની કસ્તૂરબા ગાંધી પણ સામેલ હતી, તે બધા ટ્રાન્સવાલ જાય. જો પોલિસ એમની ધરપકડ ન.કરે તો તેઓ ન્યૂ કૈસલ ચાલી જાય અને ત્યાંની ખાણોમાં કામ કરવાવાળા મજૂરોને સમજાવે કે તેઓ ખાણોમાં કામ કરવાનું બંધ કરી દે. આ

ખાણોમાં કામ કરવાવાળા મજૂર મોટાભાગે મદ્રાસ પ્રાન્તના રહેવાવાળા હતા.

નેટાલથી ટ્રાન્સવાલ જવું એ દિવસોમાં ભારતીયો માટે ગેરકાનૂની ઘોષિત કરી દેવામાં આવ્યું હતું, આથી જેવાં જ સત્યાગ્રહી મહિલાઓ ટ્રાન્સવાલમાં પહોંચી, એમાંથી કેટલાકની તો પોલિસે ધરપકડ કરી લીધી અને જે ધરપકડથી બચી ગઈ તે ન્યૂ કેસલ ચાલી ગઈ. એમણે ખાણોમાં કામ કરવાવાળા મજૂરોને સમજાવ્યા કે સરકારને ત્રણ પાઉન્ડ ટેક્સ આપવો સરાસર અન્યાય છે. સત્યાગ્રહી મહિલાઓને સમજાવવાનો મજૂરો પર ઊંડો પ્રભાવ પડ્યો અને એમણે કામ કરવાનું છોડી દીધું. આ જોઈને સરકાર બોખલાઈ ઉઠી અને એણે ન્યૂ કેસલની ખાણોમાં કામ કરવાવાળા મજૂરોને ભડકાવવાવાળી સત્યાગ્રહી મહિલાઓની ધરપકડ કરવાની શરૂ કરી દીધી અને અદાલતે એમને ત્રણ-ત્રણ મહીનાની સજા સંભળાવી દીધી.

સત્યાગ્રહી મહિલા કેદીઓને નેટાલની રાજધાની મેરીટ્સબર્ગની જેલમાં રાખવામાં આવ્યા. મેરિટ્સબર્ગની જેલ દક્ષિણ આફ્રીકા સરકારની અન્ય બધી જેલોની અપેક્ષાએ ભીષણતા, અત્યાચારો અને દુર્વ્યવહારો માટે વધારે કુખ્યાત હતી. એ જેલમાં મહિલા કેદીઓને મનમાન્યા કષ્ટ આપવામાં આવ્યા. એમના ખાવા-પીવાની તરફ બિલ્કુલ ધ્યાન આપવામાં ન આવ્યું. જે પણ ખાવાનું મળતું હતું તે એટલું ખરાબ અને અસ્વાસ્થ્યપ્રદ હતુ કે કસ્તૂરબા ગાંધી અને અન્ય કેટલીય મહિલાઓ જ્યારે જેલમાંથી છૂટી થઈ, એમના શરીરમાં હાડકાઓ સિવાય કશું બચ્યું ન હતું. પરંતુ એમના મનમાં એના માટે ના તો દુઃખ કે શોક હતો અને ના તો ચિંતા હતી.

સત્યાગ્રહી મહિલાઓની ધરપકડની દક્ષિણ આફ્રીકાની ખાણોમાં કામ કરવાવાળા મજૂરો પર વધારે અસર પડી. ન્યૂ કેસલની આસપાસની ખાણોમાં કામ કરવાવાળા મજૂરોએ કામ કરવાનું બંધ કરી દીધું અને જૂથ બનાવીને નગરમાં આવવા લાગ્યા. જ્યારે ગાંધીજીને મજૂરોની આ કામ રોકો હડતાળની જાણ થઈ તો તેઓ ફિનિક્સ આશ્રમથી ન્યૂ કૈસલ પહોંચી ગયા.

ખાણોમાં કામ કરવાવાળા મજૂર નારકીય જીવન વિતાવી રહ્યાં હતા. ખાણોના માલિકોએ એમના રહેવા માટે નાની-નાની અંધારાવાળી અને સીલનથી ભરેલી બેડોળ ઝૂંપડીઓ આપી રાખી હતી, એમાં ના તો પાણીની વ્યવસ્થા અને ના વિજળીની કોઈ વ્યવસ્થા હતી. જેવું જ મજૂરોએ કામ કરવાનું બંધ કરી દીધું, ખાણ માલિકોએ રસ્તામાં રોશની કરવાવાળી બત્તીઓ પણ કપાવી નાંખી, ઝૂંપડીઓમાંથી એમનો સામાન બહાર ફેંકી દીધો. એટલું જ નહીં, એમણે એમની મજૂરી જ ના રોકી, બલ્કે એણને શારીરિક યાતનાઓ આપીને પોતાની ખાણોમાં કામ કરવા પર મજબૂર કરવા લાગ્યા. ગાંધીજીએ દક્ષિણ આફ્રીકાની સરકારને લખ્યું કે જો ત્રણ પાઉન્ડવાળો ટેક્સ ઉઠાવી લેવામાં આવશે, તો મજૂર કામ પર

જશે અને હડતાળ સમાપ્ત થઈ જશે. એમણે ટેલીફોન દ્વારા જનરલ સ્મટ્સથી વાતચીત કરવાનો પ્રયત્ન કર્યો, તો જવાબ મળ્યો કે જનરલ સ્મટ્સ ગાંધીજીથી વાત કરવાનું પસંદ નથી કરતા. મજબૂર થઈને ૬ નવેમ્બર, ૧૯૧૩ના દિવસે સવારે સાડા છ વાગ્યે ૨૦૩૭ પુરુષો, ૧૧૭ સ્ત્રીઓ અને ૫૭ બાળકોની સાથે ગાંધીજીએ ટ્રાન્સવાલ તરફ કૂચ કરી દીધી.

સત્યાગ્રહીઓના દળે પાસફોર્ડમાં પડાવ નાખ્યો જ હતો કે રાત્રે અંધારામાં લાલટેન લઈને એક પોલિસ ઑફિસર ગાંધીજીની પાસે પહોંચ્યો. એણે ગાંધીજીને ધરપકડનું વૉરન્ટ બતાવ્યું અને એમને સાથે લઈને પોલિસ સ્ટેશન ચાલ્યો ગયો.

સવારે એમને વોક્સ રષ્ટ લઈ જવામાં આવ્યા, જ્યાં અદાલતમાં એમને પર કેસ ચલાવવામાં આવ્યો. પરંતુ પચાસ પાઉન્ડની જામીન લઈને એમને છોડી દેવામાં આવ્યા. ૧૪ નવેમ્બર સુધી ગાંધીજી અને એમના સાથી કેલન વેલ તથા પોલડની કેટલીય વખત ધરપકડ કરવામાં આવી અને જામીન તથા વ્યક્તિગત જામીન પર છોડી દેવામાં આવ્યા. અંતમાં ૧૪ નવેમ્બરે એ ત્રણેયને ૩-૩ મહીના સજા અદાલતે સંભળાવી દીધી.

અન્ય સત્યાગ્રહી સ્ત્રીઓ અને પુરુષોને સ્પેશ્યલ ટ્રેનોથી નેટાલ લઈ જવામાં આવ્યા અને એમને જેલમાં નાખી દેવામાં આવ્યા.

સરકારે ખૂબ ચાલાકીથી કામ લીધું. એમણે ખાણોને ચાર દીવાલોથી ઘેરીને એને જેલનો ચહેરો આપી દીધો અને એમાં મજૂર સત્યાગ્રહીઓને રાખીને એમનાથી જબરદસ્તી કામ કરાવવામાં આવ્યું.

દક્ષિણ આફ્રીકી સરકારની આ હરકત પર ભારતીયોમાં પણ રોષની લહેર દોડી ગઈ. તત્કાલીન વાઇસરૉય લૉર્ડ હૉર્ડિંગે પણ પોતાના ભાષણમાં એનો તીવ્ર વિરોધ કર્યો. આ ભાષણથી ઇંગ્લેન્ડમાં પણ ખલબલી મચી ગઈ. વિવશ થઈને ઇંગ્લેન્ડની સરકારે એક તપાસ કમિશન નિયુક્ત કર્યું. આ કમિશનના રિપોર્ટથી વિવશ થઈને જનરલ સ્મટ્સે ગાંધીજીની ત્રણ શરતો માની લીધી- ત્રણ પાઉન્ડનો ટેક્સ ઉઠાવી લેવામાં આવ્યો, જે લગ્ન ભારતમાં માન્ય હતા એને માન્યતા આપવામાં આવી અને અંગૂઠાના નિશાનવાળા પરવાનાને યૂનિયનની સીમામાં પ્રવેશ કરવા માટે આજ્ઞા પત્ર માની લેવામાં આવ્યું.

આઠ વર્ષના સત્યાગ્રહ પછી અંતમાં દક્ષિણ આફ્રીકામાં રહેવાવાળા ભારતવાસીઓને થોડી રાહત મળી અને લગભગ ૨૧ વર્ષ પછી ૧૮ જુલાઈ, ૧૯૧૪એ ગાંધીજી ભારત તરફ રવાના થઈ ગયા.

ગાંધીજી આ વખતે ઈંગ્લેન્ડ થઈને સ્વદેશ પાછા ફરી રહ્યાં હતા. હજુ તેઓ ઇંગ્લેન્ડ પહોંચવાના પણ ન હતા કે અચાનક ૪ ઓગષ્ટ, ૧૯૧૪એ યુદ્ધની ઘોષણા કરી દેવામાં આવી. ગાંધીજી ૬ ઓગષ્ટે ઇંગ્લેન્ડ પહોંચ્યા અને ત્યાં કેટલાક

દિવસ રહીને ભારત પાછા આવ્યા.

અખિલ ભારતીય કૉંગ્રેસ કમિટીના નેતાઓની જેમ ગાંધીજીએ પણ એ સમયે એ જ યોગ્ય સમજ્યું કે વિશ્વયુદ્ધના આ સંકટ કાળમાં બ્રિટિશ સામ્રાજ્યની ભરપૂર મદદ કરવામાં આવે. એમનો વિચાર હતો કે આ મદદ તથા સહયોગથી પ્રભાવિત થઈને બ્રિટિશ સરકાર ભારતને ઓપનિવેશિક રાજ્યનો દરજ્જો આપી દેશે. પરંતુ એવું ના થયું. યુદ્ધમાં વિજય પ્રાપ્ત કર્યા પછી બ્રિટિશ સરકારે નવા-નવા એક્ટ બનાવીને ભારતને વધારે ગુલામીની સાંકળોમાં જકડી લીધું.

ભારતવાસીઓને બ્રિટિશ શાસને આ મદદ અને સહયોગ માટે રોલેટ એક્ટ અને જલિયાંવાલા બાગ હત્યાકાંડ જેવા ઈનામ આપ્યા. વિશ્વ યુદ્ધની સમાપ્તિ પર ભારતમાં એક જોશ અને ઉત્તેજના ફેલાઈ હતી. ગુપ્ત કાળમાં યુદ્ધમાં કામ આવવાવાળી સામગ્રીના નિર્માણ માટે જગ્યા-જગ્યાએ કારખાના ઉભા થઈ ગયા હતા. દેશમાં પૂંજીવાદી વર્ગ વધી રહ્યો હતો, જેના હાથમાં ધન પણ હતું અને સત્તા પણ. મુઠ્ઠીભર લોકોની પાસે અપાર સંપત્તિ એકઠી થઈ ગઈ હતી અને તેઓ એને વધારવા માટે તન-મનથી અધિકારીઓની ખુશામત કરવામાં લાગેલા હતા પરંતુ સમાન્ય જનતાની સ્થિતિ ખૂબ ખરાબ હતી. તેઓ મોંઘવારી અને ધનીવર્ગના પગ હેઠળ કુચળવામાં આવતા હતા. મધ્યમ વર્ગના લોકોને આશા હતી કે હવે શાસનમાં સુધારો થશે, સ્વરાજ્યના કેટલાક અધિકાર મળશે અને એમને પોતાની પ્રગતિ તથા વિકાસ માટેના રસ્તા મળી જશે. શાંતિપૂર્ણ અને વૈધ રાજનૈતિક આંદોલન સફળ થતું દેખાઈ રહ્યું હતું. લોકો ખૂબ વિશ્વાસની સાથે આત્મનિર્ણય, સ્વશાસન અને સ્વરાજ્યની વાતો કરવા લાગ્યા હતા.

આ યુદ્ધમાં અસંખ્ય ભારતીય નૌજવાનોએ ભાગ લીધો હતો. એમને કેટલાય વર્ષ યૂરોપના વિભિન્ન દેશોમાં રહેવું પડ્યું હતું, જેનાથી એમના જાણકારી અને અનુભવમાં પર્યાપ્ત વૃદ્ધિ થઈ ગઈ હતી અને એમનામાં ગુલામીને બદલે સમાનતાની ભાવના પેદા થઈ ગઈ હતી. અંગ્રેજ સૈનિક અધિકારીઓ પ્રત્યે એમના મનમાં દબ્બૂપણું અને જી-હજૂરીના સ્થાન પર ફક્ત પોતાની ફરજ પ્રત્યે વફાદારીની કામના બાકી રહી ગઈ હતી.

આ જ સ્થિતિ એ ભારતીય મુસલમાનોની પણ હતી, જેમણે હજુ સુધી ખુદને રાજનૈતિક આંદોલનથી અલગ રાખ્યા હતા અને અંગ્રેજ અધિકારીઓની જી-હજૂરીને પોતાનું ઈમાન બનાવી રાખ્યું હતું. જેવો જ બ્રિટને તુર્કી પર અધિકાર કર્યો, ભારતીય મુસલમાન ભડકી ઉઠ્યા. એમના આ આંદોલનને કોઈ પણ દૃષ્ટિકોણથી યોગ્ય ના માની શકાયું કેમ કે ભારતીય મુસલમાનોનો ના તો તુર્કીના મુસલમાનોની સાથે કોઈ સંબંધ હતો અને ના ત્યાંના શાસનથી. હજારો મુસલમાન ભારતથી હિઝરત કરીને તુર્કી જવા લાગ્યા જેથી 'કુલોદૂ' દ્વારા તુર્કીને બ્રિટનના

ચંગુલથી મુક્ત કરવામાં આવે.

આ ખિલાફત આંદોલનમાં ભારતીય મુસલમાનોએ ખૂબ વધી-ચઢીને ભાગ લીધો. મૌલાના મોહમ્મદ અલી અને મૌલાના શૌક્ત અલી આ આંદોલનના પ્રમુખ હતા, જેમણે તત્કાલીન બ્રિટિશ સરકારે ધરપકડ કરીને જેલમાં નાખી દીધા. આ ખિલાફત આંદોલનમાં કૉંગ્રેસના નેતા પણ સામેલ થઈ ગયા.

આ દરમિયાન રૉલેટ એક્ટ લાગૂ કરી દેવામાં આવ્યો. આ એક્ટ અનુસાર બ્રિટિશ શાસન કોઈ કાયદાકીય કાર્યવાહી વગર કોઈની પણ ધરપકડ કરી શકતા હતા અને સજા આપી શકતા હતા, આ સંકટમાં ભારતવાસીઓની ઉપર ક્રોધ અને રોષની લહેર દોડી ગઈ. બ્રિટિશ સરકારે લોકમતનો ઘોર વિરોધ થવા છતાં એક એવો કાયદો બનાવી નાખ્યો, જેનો તે ક્યારેય ઉપયોગ પણ ના કરી શકી. આખા દેશમાં ૧૮૫૭ પછી ફરીથી ઘેરી અશાંતિ, ઉત્તેજના અને વિદ્રોહની ભાવનાઓ અવશ્ય જગાવી દીધી. એનાથી સહજ જ એ અનુમાન લગાવી શકાય છે કે બ્રિટિશ સરકારનો મૂળ ઉદ્દેશ્ય આ કાયદા દ્વારા ભારતવાસીઓને અશાંત અને ઉત્તેજિત કરવાનો માત્ર હતો.

મુંબઈ પહોંચવા પર ગોપાલ કૃષ્ણ ગોખલે અને ભારત સેવા સમિતની સદસ્યોએ પૂનામાં ગાંધીજીનું હાર્દિક સ્વાગત કર્યું. ગોખલે ગાંધીજીના આફ્રીકામાં કરવામાં આવેલા અહિંસક સત્યાગ્રહ તથા અન્ય કાર્યોથી પહેલાં જ વધારે પ્રભાવિત હતા. પરંતુ થોડા સમય પછી દુર્ભાગ્યથી ગોખલનું નિધન થઈ ગયું.

પૂનાથી મુંબઈ પાછા ફર્યા પછી ગાંધીજીએ અમદાવાદમાં સાબરમતી નદીના કિનારે એક આશ્રમની સ્થાપના કરી. જ્યાં તેઓ પોતાના પરિવારના સભ્યો તથા અન્ય એવા વ્યક્તિઓની સાથે રહેવા લાગ્યા, જે એમના વિચારોનો સમર્થક હતા. આફ્રીકાના ફિનિક્સ આશ્રમની સમાન જ આ આશ્રમની વ્યવસ્થા કરવામાં આવી હતી. આરંભમાં ફક્ત ૨૫ વ્યક્તિ આ આશ્રમમાં રહેતા હતા, પરંતુ જેમ જે લોકો ગાંધીજીના વિચારોથી સંમત થતાં ગયા, આશ્રવાસીઓની સંખ્યા વધતી ગઈ. આ આશ્રમની સ્થાપનાની સાથે જ ગાંધીજીએ છુઆછૂતનો જોરદોર વિરોધ કરવાનો આરંભ કરી દીધો. આશ્રમમાં એમની સાથે હરિજન પણ ઉચ્ચ જાતિના હિન્દુઓની સાથે સમાનભાવથી રહેતા હતા. આરંભમાં ખુદ કસ્તૂરબા ગાંધીએ કેટલીક અન્ય ગુજરાતી મહિલાઓની સાથે અછૂતોના આશ્રમમાં રહેવાનો વિરોધ કર્યો, પરંતુ ગાંધીજી પોતાના સિદ્ધાંતો પર અટલ રહ્યાં અને આ પ્રકારે આ આશ્રમની સ્થાપના કરીને ગાંધીજીએ દેશના જનમાનસમાં સદીઓથી જામેલી અસ્પૃશ્યતાના એ મૂળીયાંને હલાવી નાંખ્યા, જે દેશની પ્રગતિ, વિકાસ, એકતા તથા સ્વાધીનતા સંગ્રામમાં સૌથી મોટી અડચણો બનેલી હતી.

ચમ્પારન - એક નવા યુગનો પ્રારંભ

બ્રિટિશ શાસનકાળ સન્ ૧૯૧૭માં દેશના વિભિન્ન ભાગોમાં નીલની ખેતી ખૂબ મોટા પાયે કરવામાં આવતી હતી. વિશેષ રૂપથી ઉત્તર પ્રદેશ, બિહાર અને બંગાળમાં નીલની વધારે કોઠીઓ હતી. બિહારમાં ચમ્પારન જિલ્લાના નીલની કોઠીઓના અંગ્રેજ માલિકોએ પોતાની તરફથી જ એક કાયદો લાગૂ કરી દીધો, જેના અનુસાર જે ખેડૂતની પાસે ૨૦ કઠ્ઠા દાણી એક એકર જમીન હતી, એને ત્રણ કઠ્ઠા નીલ વાવવા પડતા હતા. આથી આ પ્રતાનું નામ ''નીલ કઠિયા'' પ્રસિદ્ધ હતું. આ ખેડૂતોને અંગ્રેજ પ્લાન્ટરો માટે ફક્ત નીલની ખેતી જ કરવી પડતી ન હતી, બલ્કે એમને નીલ તૈયાર કરીને પણ આપવા પડતા હતા. જો કોઈ ખેડૂતો વિરોધ કરતો હતો, તો અંગ્રેજ પ્લાન્ટર એના પર જ નહીં, એના પૂરા પરિવાર પર ઘોર અત્યાચાર કરતા હતા. ક્યારેક-ક્યારેક આ અચ્યાચારોથી લોકોનું મૃત્યુ પણ થઈ જતું હતું.

એ દિવસોમાં ચમ્પારનના અંગ્રેજ પ્લાન્ટરોના અત્યાચાર ચરમસીમા પર પહોંચી ગયા હતા. એમના અત્યાચારોથી બચવા માટે તેઓ બિચારા પોતાના વૈકલ્પિક ઘર-બાર અને ધરતી છોડીને ત્યાં પણ રહેતા ન હતા.

જ્યારે ગાંધીજી લખનૌમાં થવાવાળા કૉંગ્રેસ અધિવેશનમાં ગયા, તો ચમ્પારન જિલ્લાના એક ખેડૂત રાજકુમાર શુક્લએ એમનાથી આગ્રહ કર્યો કે તે એમની સાથે ચમ્પારન ચાલે અને ત્યાંના ખેડૂતોની દુર્દશા પોતાની આંખોથી જોઈને એમના દુઃખોના નિવારણ માટે કોઈ વ્યવસ્થા કરે. નીલની ખેતીના સિલસિલામાં અંગ્રેજ પ્લાન્ટરોએ રાજકુમાર શુક્લને ખૂબ જ દુઃખી કરી રાખ્યો હતો. એમના દિવસે-

દિવસે વધતા જતા અત્યાચારોને કારણે રાજકુમાર શુક્લએ કૉંગ્રેસના લગભગ બધા નેતાઓથી ફરિયાદ કરી હતી કે ચમ્પારનના ખેડૂતોને અંગ્રેજ પ્લાન્ટરોના અત્યાચારોથી બચાવવામાં આવે.

રાજકુમાર શુક્લ બીજા દિવસે બિહારના પ્રમુખ નેતા બ્રજકિશોર બાબૂને સાથે લઈને ગાંધીજીની પાસે આવ્યા. બ્રજકિશોર બાબૂએ ગાંધીજીને ચમ્પાનના ખેડૂતોની દુર્દશાની કથની સંભળાવી. ગાંધીજીએ નિશ્ચય કરી લીધો કે તેઓ ખુદ ચમ્પારનમાં જઈને ત્યાંના ખેડૂતોની દુર્દશા પોતાની આંખોથી જોશે.

ચમ્પારનના અંગ્રેજ પ્લાન્ટરો વિરુદ્ધ ગાંધીજીએ જે આંદોલન કર્યું, તે એમનું ભારતમાં સૌથી પ્રથમ આંદોલન હતું. આ આંદોલનમાં એમને એટલી સફળતા મળી કે ધીમે-ધીમે ભારતથી નીલની ખેતીનું નામો-નિશાન સમાપ્ત થઈ ગયું.

સન્ ૧૯૧૯ના આરંભમાં ગાંધીજીએ એક લાંબી અને ભયાનક બીમારીથી મુક્ત થયા હતા. એમણે રોગમુક્ત થતાં જ વાઈસરૉયથી પ્રાર્થના કરી કે તેઓ રોલેટ બિલને કાયદો એટલે કે એક્ટ ન બનવા દે. વાઈસરૉયે કૉંગ્રેસના અન્ય નેતાઓની અપીલોની જેમ આ અપીલની પણ કોઈ પરવા ના કરી અને રોલેટ એક્ટ બનાવી દીધો. વિવશ થઈને ગાંધીજીને ભારતમાં પ્રથમ દેશવ્યાપી આંદોલન આરંભ કરવું પડ્યું. એમણે સત્યાગ્રહ સભા આરંભ કરી, જેના સભ્યોએ પ્રતિજ્ઞા લીધી કે તેઓ ખુદ પર લાગૂ કરવામાં આવેલા રોલેટ એક્ટને નહીં માને. એનો સ્પષ્ટ અર્થ એ હતો કે તેઓ કોઈ પણ સમયે જેલ જવા માટે તૈયાર છે.

એ દિવસોમાં ગોખલે પછી પંડિત મોતીલાલ નેહરૂ દેશના અગ્રગણ્ય નેતાઓમાંથી એક હતા. એમના પુત્ર જવાહરલાલ નેહરૂનું પણ સાર્વજનિક જીવન આરંભ થઈ ચુક્યું હતું. જ્યારે ગાંધીજીએ રોલેટ એક્ટના વિરોધમાં અસહયોગ આંદોલન આરંભ કરવાની સલાહ આપી, તો કૉંગ્રેસના નેતાઓમાંથી ફક્ત મોતીલાલ નેહરૂએ જ એમની સલાહનું સમર્થન કર્યું, કેમ કે એ દિવસોમાં તે નરમ દળના નેતા હતા.

સન્ ૧૯૨૦ના સપ્ટેમ્બરમાં પંજાબ અને ખિલાફત તથા વિશેષ રૂપથી અસહયોગના પ્રશ્ન પર નિર્ણય આપવા માટે કલકત્તામાં કૉંગ્રેસનું વિશેષ અધિવેશન થયું. આ અધિવેશનમાં સભાપતિ લાલા લાજપતરાય હતા. તેઓ વર્ષો વિદેશમાં રહીને સ્વદેશ આવ્યા હતા. તે ગરમ દળના નેતા હતા. એમને શાંતિપૂર્ણ અને અહિંસાવાદી સિદ્ધાંતો પર આધારિત અસહયોગ આંદોલનથી ચિઢ હતી. એમણે ગાંધીજીના અસહયોગ આંદોલનના પ્રસ્તાવનો જામીને વિરોધ કર્યો.

પરંતુ વિરોધ ફક્ત એમણે જ ના કર્યો બલ્કે એમની સાથે ગરમ દળના લગભગ બધા પ્રભાવશાળી નેતાઓએ આ આંદોલનનો વિરોધ કર્યો. દેશબન્ધુદાસ

વિરોધ કરવાવાળા દળના મુખ્ય નેતા હતા. એમને કાઉન્સિલોના બહિષ્કાર પર આપત્તિ હતી.

ભલે જ કૉંગ્રેસના ગરમ દળના નેતાઓએ ગાંધીજીના અસહયોગ આંદોલનના પ્રસ્તાવનો વિરોધ કર્યો પરંતુ આ વિશેષ અધિવેશનથી ગાંધી યુગનો સૂત્રપાત થઈ ગયો. કૉંગ્રેસની રાજનીતિમાં ગાંધીજીના વિચારોએ એક પ્રમુખ અને સન્માનપૂર્ણ સ્થાન બનાવી લીધું અને કૉંગ્રેસનો આખો દૃષ્ટિકોણ બદલાઈ ગયો. કૉંગ્રેસના નેતાઓએ ફક્ત વિલાયતી કપડાંનો બહિષ્કાર જ ના કર્યો, બલ્કે વિદેશી વસ્તુઓનો પણ બહિષ્કાર કર્યો કેમ કે અસહયોગ આંદોલનનો આ એક મુખ્ય મુદ્દો હતો. આથી એમણે બીજા લોકોને પણ વિદેશી વસ્તુઓનો બહિષ્કાર કરવા પ્રેરિત કર્યા. જોતા-જોતા જ ચારે તરફ ખાદી જ ખાદી દેખાવા લાગી. કૉંગ્રેસમાં હજુ સુધી ઉચ્ચ વર્ગના વ્યક્તિઓની પ્રમુખતા હતી પરંતુ હવે મધ્યમ વર્ગના લોકોની સંખ્યા ઝડપથી વધવા લાગી. જે પ્રદેશમાં પણ કૉંગ્રેસના અધિવેશન કે સભાઓ થતી, એમાં એ જ પ્રદેશની ભાષાનો વધારેમાં વધારે પ્રયોગ કરવામાં આવવા લાગ્યો અને કૉંગ્રેસના નેતાઓએ અંગ્રેજીનો મોહનો પરિત્યાગ કરવાનું આરંભ કરી દીધું. રાષ્ટ્રીય કાર્યોમાં પણ ભારતીય ભાષાઓના પ્રયોગને પ્રધાનતા આપવામાં આવવા લાગી, જેથી કૉંગ્રેસના ઉદ્દેશ્ય, સિદ્ધાંતો અને કાર્યક્રમને દેશની આમ જનતા સુધી સીધી પહોંચાડી શકાય. એનું પરિણામ એ થયું કે કૉંગ્રેસની સદસ્ય સંખ્યા ઝડપથી વધવા લાગી અને કૉંગ્રેસમાં એક નવો ઉત્સાહ અને નવું જોશ તેમજ નવી જિંદગી દેખાવા લાગી. લોકોના દિલોમાં એ વિશ્વાસ દૃઢ થવા લાગ્યો કે અસહયોગ આંદોલન જ દેશની સ્વાધીનતાનો એક માત્ર ઉપાય છે અને શસ્ત્રોના પ્રયોગ વગર, ફક્ત સત્ય, શાંતિ, અહિંસા તથા અસહયોગથી જ શક્તિસંપન્ન બ્રિટિશ સત્તાને સમાપ્ત કરી શકાય છે. દેશમાં વ્યાપ્ત આ ભાવના ગાંધીજીના વિચારોનો સૌથી મોટો વિજય હતો.

આગામી ત્રણ વર્ષોમાં અસહયોગની વધતી લહેરે એક પ્રચંડ અને શક્તિશાળી તોફાનનું રૂપ લઈ લીધું. એ તોફાને આખા દેશને ઝંઝોળીને રાખી દીધો બલ્કે એનો શોર વિદેશોમાં પણ સંભળાવા લાગ્યો. વિશ્વના અનેક રાષ્ટ્રોમાં આ અસહયોગ આંદોલન પ્રત્યે તીવ્ર ઉત્સુકતા અને જિજ્ઞાસાની સાથે-સાથે ભારત પ્રત્યે સહાનુભૂતી અને સમર્થનની ભાવના પેદા થઈ ગઈ.

અસહોયગ આંદોલનમાં કૌંસિલોના બહિષ્કારની જે અપીલ કરવામાં આવી હતી, એમાં આશ્ચર્યજનક સફળતા મળી. મોટાભાગના મતદાતાઓએ વોટ ના આપ્યા અને મોટાભાગના લોકો ચૂંટણીમાં ઊભા ના થયા, ફળસ્વરૂપે કૌંસિલોમાં જવાના પક્ષમાં જે લોકો હતા તે મુઠ્ઠીભર રહી ગયા.

સન્ ૧૯૨૦ના કલકત્તા અધિવેશનમાં દેશબંધુદાસ જેવા ગરમ દળના જે નેતાઓએ અસહયોગ આંદોલનની ઉપયોગિતા અને સફળતા પર જે સંદેહ પ્રગટ કર્યો હતો, અંતમાં તેઓ પણ આ વાસ્તવિકતાને સ્વીકાર કરવા પર વિવશ થઈ ગયા કે અસહયોગ આંદોલન દ્વારા જ દેશની સ્વાધીનતાના માર્ગને પ્રશસ્ત કરી શકાય છે. કૌંસિલોની ચૂંટણી પછી જ્યારે નાગપુરમાં કૉંગ્રેસનું અધિવેશન થયું તો અનેક જૂના કૉંગ્રેસી નેતા અસહયોગના મંચ પર આવીને ગાંધીજીની સાથે મળી ગયા, જેનાથી અસહયોગ આંદોલનને એટલી શક્તિ મળી ગઈ કે આખો દેશ આ આંદોલનમાં ભાગ લેવા માટે કૂદી પડ્યો. આંદોલનની આ સફળતાને જોઈને કૉંગ્રેસના બધા નેતા ગાંધીજીના સમર્થક બની ગયા, જેમને આ આંદોલનના સંબંધમાં ઘેરી શંકા હતી.

છતાં પણ આ આંદોલને કૉંગ્રેસના કેટલાય જૂના નેતાઓ ગુમાવી દીધા. આ નેતાઓમાં મિસ્ટર મોહમ્મદ અલી જિન્ના પણ હતા. જેમને સરોજિની નાયડૂએ 'હિન્દૂ-મુસ્લિમ' એકતાના રાજદૂની પદવીથી સન્માનિત કર્યા હતા, ખુદ તેઓ જ હિન્દૂ-મુસ્લિમ એકતાના સૌથી મોટા દુશ્મન બની બેઠા. એમણે હંમેશાં માટે કૉંગ્રેસ છોડીને મુસ્લિમ લીગ નામના એક નવા દળની સ્થાપના કરી નાખી અને હિન્દુઓ તથા મુસલમાનોની વચ્ચે અંતર પેદા કરીને એમના દિલમાં ધાર્મિક કટ્ટરતા, દ્વેષ, ઘૃષા અને વૈમનસ્ય પેદા કરવા માટે સાર્વજનિક મંચો પર નવા-નવા સમાચાર પત્ર કાઢીને ઝેર ઓકવાનું આરંભ કરી દીધું. મિસ્ટર મોહમ્મદ અલી જિન્નાની આ હરકતોથી બ્રિટિશ સામ્રાજ્યની 'ફૂટ ડાલો અને આંદોલન કરો'ના સિદ્ધાંતને વધારે બળ મળી ગયું.

મોહમ્મદ અલી જિન્નાના અસહયોગ આંદોલનના વિરોધનું મુખ્ય કારણ હકીકતમાં રાજનૈતિક ન હતું. જો વિદેશી વસ્તુઓના બહિષ્કાર અને વિશેષ રૂપથી વિદેશી વસ્ત્રોના બહિષ્કાર તથા બધા પ્રયોગ-ઉપયોગ પર જોર ન આપવામાં આવતું, તો મિસ્ટર જિન્ના કૉંગ્રેસથી ક્યારેય અલગ ના થતા. પોતાના જમાનામાં મિસ્ટર જિન્ના શાનદાર વિલાયતી પોશાકો પહેરવામાં વિખ્યાત હતા. એમને વિદેશી વસ્તુઓથી પાગલપનની સીમા સુધી લગાવ હતો. ભલું તેઓ મોટી ખાદીના કપડાં અને ભારતમાં બનેલી વસ્તુઓનો પ્રયોગ-ઉપયોગ કેવી રીતે કરી શકતા હતા. એનું પરિણામ એ થયું કે હિન્દૂ-મુસલમાન એકતાનો તે રાજદૂત એ પ્રતિગામી વ્યક્તિઓની ભીડમાં સામેલ થઈ ગયા, જે સાંપ્રદાયિક મુસલમાનોની ભીડ હતી.

હિન્દુઓની અપેક્ષાએ મુસલમાનોમાં ભણેલા-ગણેલા અને ઉચ્ચ શિક્ષિત વ્યક્તિઓની સંખ્યા ખૂબ ઓછી હતી અને એમનામાં ધાર્મિક ઉન્માદ વધારે

પડતો હતો. મુસ્લિમ લીગની સદસ્ય સંખ્યા મોહમ્મદ અલી જિન્નાના બોલેલા ઝેરીલા ભાષણોથી પ્રભાવિત થઈને ઝડપથી વધવા લાગી અને પાકિસ્તાનની માંગ કરી- એટલે કે હિન્દુઓથી પૃથક સ્ટેટની માંગ જોર પકડતી ગઈ. આજનું પાકિસ્તાન મોહમ્મદ અલી જિન્નાના ઓકેલા ધાર્મિક ઝેરનું જ પરિણામ છે.

પરંતુ દેશના પ્રબુદ્ધ અને દેશભક્ત મુસલમાનોની સંખ્યા, જે દેશભરના મુસલમાનોની જનસંખ્યાનો એક ખૂબ મોટો હિસ્સો હતી, તે કૉંગ્રેસ સાથે જોડાયેલી રહી. મૌલાના અબુલ ક્લામ આઝાદ, અક્બર મુખ્તાર અંસારી જેવા મુસ્લિમ નેતાઓએ કૉંગ્રેસનો સાથ ના છોડ્યો બલ્કે અસહયોગ આંદોલનને વધારો આપવાની સાથે-સાથે એમણે દેશના મુસલમાનોને રાષ્ટ્રીય ધારામાં સમાવેશ કરવાનો તનતોડ પ્રયત્ન કર્યો.

કૉંગ્રેસના કેટલાક હિન્દૂ નેતા પણ અસહયોગ આંદોલનથી દૂર રહ્યાં પરંતુ કૉંગ્રેસના નેતાઓની એક મોટી સંખ્યા અને દેશની જનતાનો એક મોટો ભાગ ગાંધીજીના અસહયોગ આંદોલનને સફળ બનાવવા માટે તન-મનથી લાગી ગયો. ૧૯૨૧માં તો એવું પ્રતીત થવા લાગ્યું જાણે આખું ભારત અસહયોગ આંદોલનને સફળ બનાવવા માટે પાગલ થઈ ઉઠ્યું છે. રાષ્ટ્રમાં ફેલાયેલા જોશ, આશાવાદ, વિશ્વાસ અને ઉછળી રહેલા ઉત્સાહની કોઈ સીમા જ રહી ન હતી. જનસાધારણને અસહયોગ આંદોલનમાં ભાગ લેતા-લેતા આનંદ અને સુખની અનુભૂતિ થતી હતી, જાણે તેઓ કોઈ ધર્મયુદ્ધમાં ભાગ લઈ રહ્યાં છે. કોઈના મનમાં ના તો કોઈ શંકા કે સંદેહ હતા અને ના હિચક કે ભયની ભાવના જ હતી. એમણે પોતાનો માર્ગ બિલ્કુલ સાફ દેખાતો હતો અને તેઓ ઉત્સાહથી નિરંતર આગળ વધતાં જઈ રહ્યાં હતા.

આ વાતને બધા જાણતા હતા કે બ્રિટિશ શાસન આ અસહયોગ આંદોલનને કોઈ પણ દશામાં સ્વીકાર નહીં કરે અને પોતાની પૂરી તાકાતથી એને કુચળી નાંખવાનો પ્રયત્ન કરશે. આ શાંતિ અને અહિંસાથી પૂર્ણ આંદોલનને કુચળવા માટે તે હિંસાનો સહારો પણ લઈ શકે છે. રોલેટ એક્ટના બળ પર દેશની મોટાભાગની જનસંખ્યાને જેલોમાં ઠૂંસીને એમના પર પાશવિક અત્યાચાર પણ કરી શકતા હતા. પરંતુ ભારતવાસીઓને આ બધી વાતોનો ના તો ભય હતો અને ના તો ચિન્તા હતી. નિશ્ચિત મૃત્યુની જેમ તેઓ આ આંદોલનના નિશ્ચિત પરિણામોને પણ ખૂબ સારી રીતે જાણતા હતા.

આખા દેશમાં સ્વાધીનતાની ભાવના અને સ્વાધીનતાના ગર્વનો ઉન્માદ પેદા થઈ ગયો હતો. લોકોના મનમાં દાસતા અને નિરાશાની જે ભાવના હતી, તે પૂરી રીતે સમાપ્ત થઈ ગઈ હતી. હવે ના તો લોકો ભયગ્રસ્ત થઈને કાનાફૂસી કરતા હતા અને ના ગોળગોળ કાનૂની ભાષાનો જ પ્રયોગ કરવામાં આવતો હતો, બલ્કે તેઓ

ખૂબ નિર્ભિકતા તથા દૃઢતાથી પોતાના વિચાર વ્યક્ત કરવા લાગી રહ્યાં હતા. પરિણામ શું થશે, એની કોઈને રત્તીભર પણ ચિંતા ન હતી. દરેક વ્યક્તિ જેલ જવા માટે એ રીતે ઓરડામાં તૈયાર બેઠા હતા, જાણે કે યુદ્ધનો આભાસ થતાં જ સૈનિક હથિયારોથી સજ્જ થઈને આદેશની પ્રતીક્ષામાં તૈયાર રહે છે. લોકોને પોલિસ અને સેનાના લાકડી-દંડા, અને ગોળીબારીની ના તો ચિન્તા હતી અને ના તો ભય. બ્રિટિશ અધિકારીઓએ કૉંગ્રેસના નેતાઓની આસપાસ ખાનગી પોલિસ અને ખબરીઓની જાળ બિછાવી દીધી હતી. પરંતુ કૉંગ્રેસના અસહયોગ આંદોલનનો કોઈ પણ કાર્યક્રમ છુપાયેલો ન હતો. જે પણ પગલાં ઉઠાવવામાં આવતા હતા, એની વિધિવત્ ઘોષણા કરી દેવામાં આવતી હતી. પત્ર દ્વારા અધિકારીઓને સૂચિત કરી દેવામાં આવતા હતા. શહેરમાં ઢંઢેરો પીટી દેવામાં આવતો હતો. અસહયોગ આંદોલનની આ વિશેષતાએ અધિકારીઓ અને વિશેષ રૂપથી પોલિસ વિભાગને હેરાની-પરેશાનીમાં નાખી રાખ્યા હતા.

ભારતીય જનતા અને રાષ્ટ્રની રૂપરેખામાં ઊંડું પરિવર્તન સ્પષ્ટ દેખાવા લાગ્યું હતું. જેનાથી લોકોમાં એ વિશ્વાસ પેદા થઈ ગયો હતો કે આઝાદી હવે દૂર નથી. લોકોમાં નૈતિકતાની ઉચ્ચ ભાવના પેદા થઈ ગઈ હતી. તેઓ જાણી ગયા હતા કે અમારી પાસે સાધ્ય પણ છે અને સાધન પણ છે, જે અમારા દુશ્મનના મુકાબલે ક્યાંય વધારે શ્રેષ્ઠ અને ઉચ્ચ છે. લોકોને ગાંધીજી પર અતૂટ અને અડગ વિશ્વાસ હતો. એમના દેશભક્તિપૂર્ણ ભાષણો અને ત્યાગની ભાવનાઓએ વિરોધીઓને પણ વધારે પ્રભાવિત કરી દીધા હતા. અસહયોગ આંદોલનમાં ખુદ ભાગ લઈને અને બીજાઓને ભાગ લેવાની પ્રેરણા આપીને લોકોને એક વિચિત્ર આંતરિક સુખ અને શાંતિનો અનુભવ થતો હતો.

જેમ જેમ ભારતીય જનતામાં ઉત્સાહ, શૌર્ય, નૈતિક તેજ વધતું જઈ રહ્યું હતું, બ્રિટિશ શાસકોનું તેજ અને દબદબો ઘટતો જઈ રહ્યો હતો. તેઓ સમજી શકતા ન હતા કે સદીઓથી ગુલામ ભારતને આ શું થઈ ગયું છે? એમનો ચિર-પરિચિત દેશ આટલી ઝડપથી કેવી રીતે પરિવર્તિત થઈ ગયો છે? દેશના વાતાવરણમાં આટલો બદલાવ કેવી રીતે આવી રહ્યો છે?

સરકાર અસહયોગ આંદોલનને કુચળી નાખવા માટે દમનનો જેટલો સહારો લેતી, આંદોલનની આગ એટલી જ વધારે ભડકી ઉઠતી હતી. પોલિસનું આત્મબળ એટલું ઘટી ગયું હતું કે મોટા નેતાઓ પર તો દૂર, સામાન્ય પદાધિકારીઓ સુધી પર હાથ નાંખવાનું સાહસ ખોઈ બેઠી હતી. એમના મનમાં ભય પેદા થઈ ગયો હતો કે, *"જો એણે કોઈ નેતા પર હાથ નાખ્યો, તો એના માટે અહિતકર સાબિત થઈ શકે છે."*

આ અસહયોગ આંદોલને બ્રિટિશ અધિકારીઓના વિશ્વાસનો પાયો હચમચાવી નાખ્યો. એમના મનમાં એ ભય અને આશંકા પેદા થઈ ગઈ કે પોલિસ અને સેના

સમય પડવા પર સરકારની મદદ કરશે કે નહીં. સન્ ૧૯૨૧માં તત્કાલીન વાઈસરૉય લૉર્ડ ટીડિંગે બ્રિટિશ શાસકોના મનમાં પેદા થયેલા અવિશ્વાસ અને આશંકાઓની ચર્ચા કરતા બ્રિટનની સરકારને લખ્યું હતું કે અમે હેરાન અને પરેશાન છીએ કે ભારતની પોલિસ અને સેના આપણા આદેશોનું પાલન કરશે કે નહીં. આ હતી ગાંધીજીની દેશવાસીઓની સૌથી મોટી દેન, જેણે સ્વાધીનતાના માર્ગને પ્રશસ્ત કર્યો અને દેશમાં જનજાગરણની લહેર પેદા કરી.

જે દિવસે રોલેટ કમિટીનો રિપોર્ટ સમાચાર પત્રોમાં પ્રકાશિત થયો, ગાંધીજી એક લાંબી બીમારીથી મુક્ત થયા હતા. પરંતુ હજું એમનું સ્વાસ્થ્ય કામ કરવા યોગ્ય થયું ન હતું. તબિયત થોડી ઠીક થઈ જવા પર એમણએ સમાચાર પત્ર વાંચવાનું શરૂ કર્યો, તો સૌથી પહેલાં એમની નજર રોલેટ એક્ટ કમિટીના રિપોર્ટ પર જ પડી. એ કમિટીએ સિફારિશ કરી હતી કે રિપોર્ટના આધાર પર એક્ટ બનાવવામાં આવ્યા પછી એ એક્ટ દ્વારા સરકાર રાજનૈતિક આંદોલન અને રાજ્યની વિરુદ્ધ કરવામાં આવવાવાળા પ્રત્યેક કાર્યનું દમન કરી શકે છે. કોઈ પણ કેસ ચલાવ્યા વગર વ્યક્તિને નજરબંધ કરી શકે છે અને પોલિસ અધિકારીની સામે આપવામાં આવેલી સાક્ષી કે સફાઈને રત્તીભર પણ માન્યતા નહીં આપવામાં આવે. જે વ્યક્તિને આ એક્ટ અનુસાર પકડવામાં આવશે, તે ના તો વકીલના માધ્યમથી કેસ લડી શકશે, ના કોઈ દલીલ રજૂ કરી શકશે અને ના સજા થવા પર ઉચ્ચ ન્યાયાલયમાં અપીલ કરી શકશે.

લૉર્ડ કેમ્સફોર્ડના શાસનકાળમાં રાષ્ટ્રીય આંદોલનને કુછળવા માટે પ્રેસ એક્ટ અને એડીશન એક્ટનો ભારત સરકારે ખુલીને પ્રયોગ કર્યો હતો. એમના સિવાય અને એક્ટો દ્વારા પણ રાષ્ટ્રીય આંદોલનને કુછળવાના ભરપૂર પ્રયત્નો કરવામાં આવ્યા. પછીથી માંટેગ્યૂ સુધાર યોજના બનાવવામાં આવી, એનાથી પણ સરકારની દમન નીતિમાં કોઈ સુધાર નથી થયો.શ્રીમતિ એની બેસેન્ટને નજરબંધ કરી દેવામાં આવ્યા. લોકમાન્ય તિલક અને વિપિન ચન્દ્રપાલ જેવાં કૉંગ્રેસના નેતાઓ પર પ્રતિબંધ લગાવી દેવામાં આવ્યો કે, તેઓ પંજાબમાં પ્રવેશ નહીં કરી શકે. લોકમાન્ય તિલકે માંટેગ્યૂ સુધાર યોજનાને અસંતોષપૂર્ણ અને નિરાશાજનક ઘોષિત કરી દીધી. પરંતુ એમનો અવાજ શાસકોએ અણસાંભળ્યો કરી દીધો.

રાષ્ટ્રીય આંદોલનોને કુચળવાવાળા પ્રેસ એક્ટનો સમયગાળો સમાપ્ત થવા જઈ રહ્યો હતો. આથી બ્રિટિશ શાસકોએ સન્ ૧૯૧૮માં સર સિડની રોલેટની અધ્યક્ષતામાં એક કમિટીની સ્થાપના કરી. આ રોલેટ કમિટીએ ૧૦ એપ્રિલ, ૧૯૧૮એ બ્રિટનના ભારતીય મામલાતના મંત્રીને પોતાનો રિપોર્ટ રજૂ કરતા સિફારિશ કરી હતી કે એવો કાયદો બનાવવામાં આવે, જેનાથી યુદ્ધ સમાપ્ત થઈ ગયા પછી ડિફેન્સ ઑફ ઇન્ડિયા એક્ટને પર્યાપ્ત સહાયતા મળી શકે અને કાનૂનમાં એવા સ્થાયી પરિવર્તન કરવામાં આવે, જેનાથી રાજનૈતિક આંદોલનને સરળતાથી કુચળી શકાય.

આ સિફારિશના આધાર પર ૬ ફેબ્રુઆરી, ૧૯૧૪એ સર વિલિયમ વિન્સેન્ટ દ્વારા આ બિલને કાઉન્સિલમાં રજૂ કરવામાં આવ્યું. કૉંગ્રેસે રોલેટ કમિટીના રિપોર્ટને અત્યંત પ્રતિક્રિયાવાદી ઘોષીત કરીને એનો વિરોધ કર્યો. ભારતના અન્ય નેતાઓએ પણ કોંગ્રેસનો સાથ આપ્યો. પરંતુ ઘોર વિરોધ છતાં માર્ચ ૧૯૧૪માં બિલને એક્ટ બનાવી લેવામાં આવ્યું અને આ પ્રકારે ત્રણ વર્ષ માટે રાષ્ટ્રીય આંદોલનને કુચળવાનું એક નવું શસ્ત્ર સરકારના હાથોમાં આવી ગયું. ગાંધીજી એ દિવસોમાં કોઈ સમાચાર પત્ર કાઢતા ન હતા. પરંતુ સમાચાર પત્રોમાં સતત લખતા રહેતા હતા. એમણે ઉઠીને અંગ્રેજોના આ સ્વેચ્છાચારી એક્ટનો વિરોધ કર્યો. એમણે સ્પષ્ટ શબ્દોમાં કહ્યું કે, *''આ પ્રકારના કાયદાની કોઈ જરૂર નથી. અને એવા કોઈ પણ કાયદાને કોઈ પણ સ્વાભિમાની રાષ્ટ્ર સ્વીકાર નથી કરી શકતો.''*

વિરોધ પ્રદર્શન માટે કાર્યક્રમ તૈયાર કરવા માટે ગાંધીજીએ કેટલાક લોકોને બોલાવીને વિચાર-વિમર્શ કર્યો. એ સમયે કોઈ પણ એવી સંસ્થા ન હતી, જે સત્યાગ્રહ જેવા શસ્ત્રને ઉઠાવી શકતી. આ માટે 'સત્યાગ્રહ સભા'ની સ્થાપના કરવામાં આવી. કેમ કે એમાં મુંબઈના લોકો વધારે સંખ્યામાં સામેલ હતા આથી એનું પ્રધાન કાર્યાલય મુંબઈમાં જ રાખવામાં આવ્યું. ગાંધીજીને આ સત્યાગ્રહ સભાના અધ્યક્ષ બનાવવામાં આવ્યા.

રોલેટ કમિટીના રિપોર્ટની વિરુદ્ધ જેમ-જેમ આંદોલન જોર પકડતું ગયું, સરકાર એની સિફારિશો અનુસાર એને એક્ટના રૂપમાં બદલવાની જોરદાર તૈયારીઓ કરતી ગઈ. ધારાસભામાં જ્યારે રોલેટ બિલ રજૂ કરવામાં આવ્યું, ત્યારે મોટાભાગે ભારતીય સદસ્યોએ એનો તીવ્ર વિરોધ કરતા સરકારની ભર્ત્સના કરી. ગાંધીજીએ વાઈસરૉયને લખ્યું, ખુલ્લા પ ત્ર પણ સમાચાર પત્રોમાં પ્રકાશિત કરાવો, પરંતુ વાઈસરૉયે બધા પત્ર રદ્દીની ટોકરીમાં નાંખી દીધા.

અંતમાં જ્યારે બિલ કાયદાના રૂપમાં ગેજેટમાં પ્રકાશિત થઈ ગયો, તો ગાંધીજી સત્યાગ્રહ આરંભ કરવા પર વિવશ થઈ ગયા. એમણે નિશ્ચય કર્યો કે આખા દેશમાં હડતાળ કરવામાં આવે. લોકો પોતાનો કામ-ધંધો બંધ રાખે. બધા લોકો ચોવીસ કલાકનો ઉપવાસ રાખે.

બધા લોકોની સલાહથી ૩૦ માર્ચ, ૧૯૧૯એ સત્યાગ્રહ આરંભ કરવાનો દિવસ નિશ્ચિત કરવામાં આવ્યો. પરંતુ કેટલાક કારણોથી આ તારીખ બદલાઈને ૬ એપ્રિલ કરી દેવામાં આવી. બધા પ્રાન્તોને સૂચના મોકલવામાં આવી. પરંતુ અનેક સ્થાનો પર સૂચના ના પહોંચી શકી છતાં પણ ત્યાં નિર્ધારિત કાર્યક્રમ અનુસાર સત્યાગ્રહ આરંભ થઈ ગયો.

દિલ્લીમાં હડતાળ 30 માર્ચે થઈ. એ દિવસોમાં સ્વામી શ્રદ્ધાનંદજીને જામા મસ્જિદમાં ભાષણ આપવા માટે આમંત્રિત કરવામાં આવ્યા. એમણે લાખો હિન્દૂ-મુસલમાનોની વચ્ચે ભાષણ આપ્યું. પરંતુ સરકાર ના તો એમના ભાષણને સહન કરી શકી અને ના એ વાતને સહન કરી શકી કે એક હિન્દૂ જામા મસ્જિદમાં ઊભો થઈને જનતાને ભારત સરકાર વિરુદ્ધ ભડકાવવાળું ભાષણ આપે. આથી સભાની સમાપ્તિ પછી જ્યારે સરઘસ દિલ્લી સ્ટેશનની તરફ જઈ રહ્યું હતું, પોલિસે એને રોકી દીધું અને પછી સરઘસ પર આંખો બંધ કરીને ગોળીઓ વરસાવાની શરૂ કરી દીધી. કેટલાય લોકો ગોળીઓથી ઘાયલ થયા, કેટલા માર્યા ગયા અને સરકારનું દમન ચક્ર પૂરી તેજીથી ચાલુ થઈ ગયું.

એપ્રિલ મહીનાની ૬ તારીખે સવારે જ મુંબઈમાં હજારો માણસ ચોપાટી પર સમુદ્રમાં સ્નાન કરવા માટે ગયા અને ત્યાંથી સરઘસના રૂપમાં ઠાકુરદ્વારા તરફ ચાલી નિકળ્યા. આ સરઘસમાં સ્ત્રીઓ અને બાળકો પણ હતા. આ કાર્યક્રમમાં મુંબઈના મુસલમાનોએ પણ વધી-ચઢીને ભાગ લીધો. ઘણા બધા મુસલમાન સરઘસમાં સામેલ થયા અને રસ્તામાં એક મસ્જિદની પાસે સરઘસ રોકીને ગાંધીજીથી નિવેદન કર્યું કે તે ભાષણ આપે. ગાંધીજી અને સરોજીની નાયડૂએ ભાષણ આપ્યા.એ દિવસે પૂરા મહાનગર મુંબઈમાં હડતાળ રહી. સરકાર દ્વારા જપ્ત કરવામાં આવેલી પુસ્તકો 'સર્વોદય' અને 'હિન્દી સ્વરાજ્ય'ની પ્રતીઓ વેચવામાં આવી. લોકોએ જેલ જવાની પરવાહ ન કરીને આ પુસ્તકોને મનમાની કિંમત પર ખરીદી. જેના ખિસ્સામાં જેટલા પણ રૂપિયા હતા, એણે તે બધા આપીને પુસ્તકો ખરીદી.

ગાંધીજી, ૭ એપ્રિલે દિલ્લી અને એના પછી અમૃતસર જવા માટે ટ્રેન દ્વારા મુંબઈથી રવાના થયા, તો પલવલ સ્ટેશન પર એક પોલિસ ઑફિસરે એમની પાસે આવીને કહ્યું - *"તમારા પંજાબમાં પ્રવેશ કરવા પર અશાંતિ ફેલાવવાનો ડર છે. આથી તમને આદેશ આપવામાં આવે છે કે તમે પંજાબની સીમામાં પ્રવેશ ન કરો અને ટ્રેનથી ઉતરી જાઓ."*

ગાંધીજીએ ઉતરવાથી ના કહીને જવાબ આપ્યો - *"હું પંજાબમાં અશાંતિ ફેલાવવા નથી જઈ રહ્યો. બલ્કે મને પંજાબની જનતાએ આમંત્રિત કર્યો છે અને પંજાબ જવાનું એક માત્ર કારણ પ્રાન્તમાં ફેલાયેલી અશાંતિને ખતમ કરવાનો છે. આથી મને ખેદ છે કે હું આ આદેશનું પાલન નથી કરી શકતો."*

પરંતુ ગાંધીજીને પલવલ સ્ટેશન પર જ ટ્રેનથી ઉતારીને દિલ્લીથી આવવાવાળી એક ટ્રેનની ત્રીજા દરજાના ડબ્બામાં બેસાડી દીધા. પોલિસ એમને લઈને મથુરા ચાલી ગઈ અને ત્યાં એક બેરેકમાં લઈ ગઈ. એના પચી પોલિસે એમને મુંબઈ લઈ જઈને છોડી દીધા.

મુંબઈની જનતા ગાંધીજીને જોઈને ખુશીથી પાગલ થઈ ઉઠી. લોકો સ્ટેશનથી હજારોની સંખ્યામાં ગાંધીજીની કારની સાથે-સાથે ચાલી નિકળ્યા અને આ પ્રકારે પળ-પળ વધતી ભીડ એક સરઘસમાં બદલાઈ ગઈ.

પરંતુ ક્રાફોર્ડ માર્કેટમાં રસ્તામાં પોલિસની ઘોડેસવાર ટુકડીએ સરઘસને રોકી લીધું. અને જ્યારે સરઘસે તિતર-બિતર થવાથી ઈનકાર કરી દીધો તો ભીડ પર ઘોડા દોડાવી દેવામાં આવ્યા. હજારો લોકોને ઈજા થઈ. આખા દેશે ગાંધીજીની સાથે કરવામાં આવેલા પોલિસના વ્યવહાર અને નિહત્થી શાંતિપ્રિય જનતા પર ઘોડા દોડાવવાની બર્બરતા માટે સરકારની તીવ્ર આલોચના કરી.

પંજાબમાં ૬, એપ્રિલે ખૂબ શાંતિપૂર્ણ ઢંગથી હડતાળ રહી. ક્યાંય કોઈ દુર્ઘટના ના થઈ. પરંતુ આ શાંતિપૂર્ણ અને દુર્ઘટના હીન હડતાળથી પંજાબના તત્કાલીન ગવર્નર સર માઈકલ ઓડાયરને ખૂબ દુઃખ થયું કેમ કે એનાથી એમને નિહત્થી જનતા પર નિર્મમતાપૂર્વક ગોળીઓ વરસાવવાનો અને અત્યાચાર કરવાની તક ના મળી. આ વાતથી ક્ષુબ્ધ થઈને એમણે રાષ્ટ્રીય નેતાઓના પંજાબ પ્રવેશ પર પાબંદી લગાવી દીધી અને જે પણ નેતા એમના હાથ લાગી ગયો એને જેલમાં ઠૂંસી દીધો. પંજાબના પણ કેટલાય નેતા જેલમાં બંધ કરી દેવામાં આવ્યા.

આ નેતાઓની ધરપકડ અકારણે થઈ હતી. આથી જનતાને પંજાબ સરકારથી આ અત્યાચારનો ખુલીને વિરોધ કરતા માંગ કરી કે એમના નેતા નિર્દોષ છે તથા એમને જેલથી છોડી દેવામાં આવે. પરંતુ સર માઈકલ ઓડાયરે જનતાનો અવાજ સાંભળવાને બદલે પૂરી શક્તિ અને બર્બરતાથી એ અવાજને દબાવવાનો પ્રયત્ન કર્યો. નેતાઓને છોડી દેવાની માંગ કરવાવાળી જનતા પર ગોળીઓ અને લાકડીઓ વરસાવીને ગર્વનરે નિહત્થી જનતા પર અત્યાચાર કરવાનું આરંભ કરી દીધું.

એમના અત્યાચારોની પરાકાષ્ઠા એ દિવસે થઈ ગઈ જ્યારે ૧૩ એપ્રિલ, બૈસાખીના પ્રસંગ પર નેતાઓની ધરપકડના વિરોધમાં અમૃતસરના જલિયાંવાલા બાગમાં એક સાર્વજનિક સભાનું આયોજન કરવામાં આવ્યું હતું.

બૈસાખીના પાવન પર્વ પર પંજાબના વિભિન્ન ભાગોથી લાખોની સંખ્યામાં લોકો સુવર્ણમંદિર, અમૃતસરના પવિત્ર સરોવરમાં સ્નાન કરવા માટે આવ્યા હતા. તે લોકો પણ સભામાં પોતાના નેતાઓના વિચારો સાંભળવા માટે પવિત્ર સરોવરમાં સ્નાન કરીને સુવર્ણ મંદિરના દર્શન કર્યા પછી જલિયાંવાલા બાગમાં ચાલ્યા ગયા.

જલિયાંવાલા બાગ એક ખુલ્લું મેદાન હતું, જેની ચારે તરફ એક ઊંચો પરકોટા બનાવેલો હતો. એમાં આવવા-જવા માટે ફક્ત એક જ સાંકડો રસ્તો હતો. બાગની વચ્ચે-વચ્ચ એક જૂનો કુવો હતો. અનુમાન છે કે લગભગ દસ હજારથી પણ વધારે લોકો એ સભામાં હાજર હતા.

સર માઈકલ ઓડાયરની બર્બરતા અને ભારતીયો પ્રત્યે દબાયેલો આક્રોશ જાગી ઉઠ્યો. એણે જનરલ ડાયરને આદેશ આપ્યો કે સભા ભંગ કરી દેવામાં આવે. જનરલ ડાયરે સશસ્ત્ર સૈનિકોની એક મોટી ટુકડી લઈને જલિયાંવાલા બાગમાં પહોંચી ગયા. એણે બાગના એક માત્ર દરવાજા પર સશસ્ત્ર સૈનિક તૈનાત કરી દીધા અને બાકી સૈનિકોએ પરકોટા પર ચઢીને મોરચાબંધી કરી લીધી.

સભાની કાર્યવાહી શાંતિપૂર્ણ ઢંગથી ચાલી રહી હતી. એકાએક જનરલ ડાયરે સૈનિકોને આદેશ આપ્યો કે એમણે પોતાની રાઈફલોના મ્હોં ખોલી દીધા. ધૂંઆધાર ગોળીઓ વરસવા લાગી. ભીડ દરવાજા તરફ ભાગી અને પછી ભીડ પરકોટાની તરફ ભાગી પરંતુ ત્યાં પણ શસ્ત્ર સૈનિકોની રાઈફલોથી વરસતી ગોળીઓએ એમને આગળ ના વધવા દીધા.

અંતમાં નિરાશ થઈને ભીડ કુવાની તરફ ભાગી અને થોડી પળમાં જ કુવો તેમજ મેદાન નિહત્થી, નિર્દોષ અને શાંતિપ્રિય જનતાની લાશોથી ભરાઈ ગયા. કેટલાક લોકો મોતને ઘાટ ઉતારવામાં આવ્યા અને કેટલાક લોકો ઘાયલ થયા, એનો સાંચો આંકડો આજ સુધી ખબર નથી પડી.

જલિયાંવાલા બાગનો આ નૃશંસ હત્યાકાંડ બ્રિટિશ શાસકોના માથે પર લાગેલું કલંકનું એ ટપકું છે, એને તેઓ ભારતને આઝાદી આપ્યા પછી પણ ધોઈ ના શક્યા અને ના ભારત જ ક્યારેય પોતાના એ બલિદાની સપૂતોને ભુલાવી શકશે, જેમની લાશો કેટલાય દિવસો સુધી કુવાઓમાંથી કઢાતી રહી હતી. કેટલીક લાખો મેદાનમાં પડીને સડતી રહી હતી. આ નૃશંસ હત્યાકાંડે આખા ભારતને ઝંઝોળીને એને ઊંડો આઘાત પહોંચાડ્યો અને એનાથી પણ વધારે દેશના રાષ્ટ્રીય સ્વાભિમાનને એ સમયે ઠેસ પહોંચી જ્યારે આખા પંજાબ પ્રાંતમાં માર્શલ લૉ લગાવી દીધો. અમૃતસરના નળોમાં પાણીનો સપ્લાય બંધ કરી દેવામાં આવ્યો. વિજળીની લાઈનો કાપી નાંખવામાં આવી. સ્કૂલ અને કૉલેજના વિદ્યાર્થીઓ માટે સૈનિક અધિકારીઓની સામે દિવસમાં ચાર વખત હાજરી આપવી અનિવાર્ય ઘોષિત કરી દેવામાં આવી. અંગ્રેજ અધિકારીઓની સામે ઘોડાઓ પર સવાર થઈને ચાલવા અને છત્રી લગાવવા પર રોક લગાવી દેવામાં આવી.

સર માઈકલ ઓડાયરનું આ દમન ચક્ર મહીનાઓ સુધી ચાલતું રહ્યું. કૉંગ્રેસના નેતાઓના અનુરોધ અને ગાંધીજી દ્વારા વારંવાર વાઈસરૉયને લખેલા પત્રોને કારણે બ્રિટિશ સરકારે આ નૃશંસ હત્યાકાંડની તપાસ માટે હંટર કમિટી નિયુક્ત કરી. કૉંગ્રેસે પણ એક સમિતિ નિયુક્ત કરી પરંતુ કોઈ પરિણામ ન નિકળ્યું. ફક્ત જનરલ ડાયરને નોકરીથી સસ્પેન્ડ કરી દેવામાં આવ્યા. પરંતુ સર માઈકલ ઓડાયર પર કોઈ આંચ ન આવી.

ગાંધીજી શ્રીમતિ સરોજીની નાયડૂની સાથે

રાજનૈતિક પટલ પર મહાત્માનો ઉદય

અંગ્રેજ અધિકારીઓ દ્વારા ભઆરતીય જનતા પર કરવામાં આવવાવાળા અત્યાચારોથી દુ:ખી થઈને ગાંધીજીએ ૧૦ ઓગસ્ટ, ૧૯૨૦એ બ્રિટિશ સરકારની તરફથી મળેલા બોઅર વાર મૈડલ, જુલૂ વાર મૈડલ, કૈરએ હિન્દ સુવર્ણ પદક ભારત સરકારને પાછા આપી દીધા. ગાંધીજી પછી સેંકડો વ્યક્તિઓએ બ્રિટિશ સરકાર દ્વારા આપવામાં આવેલી પદવીઓ વાઈસરૉયને પાછી આપી દીધી, અસહયોગ આંદોલનના કાર્યક્રમ અનુસાર અવૈતનિક એ મનોનીત સદસ્યોએ પોતાના પદોથી ત્યાગપત્ર આપી દીધું. લોકોએ સરકારી દરબારો સભાઓ અને સરકાર દ્વારા સરકારી ઑફિસરો માટે આયોજિત ઉત્સવો અને કાર્યક્રમોમાં ભાગ લેવાનું છોડી દીધું. હજારો વકીલોએ વકીલાત છોડી દીધી. વિદ્યાર્થીઓએ સરકારી અને સરકારી સહાયતા પ્રાપ્ત કે સરકાર દ્વારા નિયંત્રિત સ્કૂલો અને કૉલેજોને બહિષ્કાર કરી દીધો.

દેશમાં અનેક રાષ્ટ્રીય શિક્ષા સંસ્થાઓની સ્થાપના કરવામાં આવી. ગ્રામોમાં પ્રાચીન પંચાયત-પ્રણાલીને પૂર્નજીવિત કરવામાં આવી. વિદેશી વસ્તુઓનો બહિષ્કાર કરી દેવામાં આવ્યો. લોકો જુલાહો દ્વારા કાતવામાં આવેલી ખાદીના કપડાં પહેરવા લાગ્યા. છુઆછૂત, ઊંચ-નીચ અને ધાર્મિક મતભેદોની વિરુદ્ધ સંઘર્ષ છેડી દીધો. આ પ્રકારે મહાત્મા ગાંધીજીના નેતૃત્વમાં આખા દેશમાં અંગ્રેજ સરકારની વિરુદ્ધ વ્યાપક અસહયોગ આરંભ થઈ ગયું.

એ જ સમયે ફેબ્રુઆરી , ૧૯૨૧માં પ્રિન્સ ઑફ વેલ્સનું ભારતમાં આગમન થયું. પ્રિન્સ ઑફ વેલ્સ જયાં પણ ગયા, ત્યાં કાળા ઝંડાઓ, હડતાળ અને એમના

સ્વાગત સમારોહના બહિષ્કાર દ્વારા એમનું સ્વાગત કરવામાં આવ્યું.

કૉંગ્રેસે જલિયાંવાલા હત્યાકાંડની તપાસ માટે જે કમિટી નિયુક્ત કરી એમાં પંડિત મોતીલાલ નેહરૂ, અબ્બાસ તૈયબજી, જયકર અને ચિતરંજન દાસ સિવાય ગાંધીજીને પણ સદસ્ય પસંદ કરવામાં આવ્યા. જો કે એ સમય સુધી ગાંધીજી કૉંગ્રેસના સામાન્ય સદસ્ય પણ ન હતા. આ કમિટીનો રિપોર્ટ તૈયાર કરવાનું કામ ગાંધીજીને જ આપવામાં આવ્યું અને એના પછી જ એમને કોંગ્રેસમાં વિધિવત્ સામેલ કરવામાં આવ્યા.

દક્ષિણ આફ્રીકાથી ભારત પાછા ફર્યા પછી ગાંધીજી કૉંગ્રેસની બેઠકો અને અધિવેશનોમાં સામેલ થતાં રહ્યાં હતા પરંતુ એમને ફક્ત એમના દક્ષિણ આફ્રીકામાં કરવામાં આવેલા કાર્યોને કારણે જ આમંત્રિત કરવામાં આવતા હતા. એમના દ્વારા તૈયાર કરવામાં આવેલી હંટર કમિટીના રિપોર્ટ પછી લોકમાન્ય તિલક, મદન મોહન માલવીય, દેશબંધુ ચિતરંજન દાસ અને પં. મોતીલાલ નેહરૂએ એમનાથી અનુરોધ કર્યો અને એણને કૉંગ્રેસમાં સામેલ કરી લીધા. એ દિવસો સુધી કૉંગ્રેસનું કોઈ વિધાન ન હતું. ગાંધીજીએ જ કૉંગ્રેસનું વિધાન બનાવ્યું, જે આજ સુધી ચાલ્યું આવે છે.

સન્ ૧૯૨૧ના આરંભમાં સરકારે કૉંગ્રેસના નેતાઓની ધરપકડ કરવાનું શરૂ કરી દીધું. એમના પર કેસ ચલાવવામાં આવ્યા અને સજાઓ આપવામાં આવી. મૌલાના શોદતઅલી અને મૌલાના મોહમ્મદ અલી જે અલી બન્ધુના નામથી વિખ્યાત હતા, એમને બઆરતીય સેનામાં અસંતોષ ફેલાવવાના અપરાધમાં કડક સજા સંભળાવવામાં આવી. જો કે એ બંને ભાઈઓએ કોઈ નવી વાત કહી ન હતી. એમને એ જ શબ્દોનો પ્રયોગ કર્યો હતો, જે એ સમયે કૉંગ્રેસની હજારો સભાઓમાં હજારો વ્યક્તિઓએ અનેક વખત દોહરાવ્યા હતા.

એ જ દિવસોમાં પ્રિન્સ ઑફ વેલ્સ ભારત આવવાના હતા. તત્કાલીન ભારત સરકારે એમના સ્વાગતની જોરદાર તૈયારીઓ આરંભ કરી દીધી. પરંતુ કૉંગ્રેસે ઘોષણા કરી દીધી કે પ્રિન્સ ઑફ વેલ્સના સ્વાગત સમારંભોમાં ભારતવાસી બિલ્કુલ ભાગ નહીં લે. એનું પરિણામ એ થયું કે સરકારના દમન ચક્રની શક્તિ વધારે વધી ગઈ. નવેમ્બરમાં બંગાળમાં કૉંગ્રેસના સ્વયં સેવકોને ગેરકાનૂની ઘોષિત કરી દેવામાં આવ્યા અને સપ્ટેમ્બરમાં સંયુક્ત પ્રાન્તના કૉંગ્રેસના સ્વયંસેવકોને પણ ગેરકાનૂની કરાર આપી દેવામાં આવ્યો.

આ અવસર પર દેશબંધુ દાસે કહ્યું, *"હું એવું અનુભવી રહ્યો છે કે મારા હાથોમાં હાથકડીઓ પડી છે અને મારું શરીર ભારે લોખંડ શ્રૃંખલાથી જકડેલું છે. આ ગુલામીની વેદના અને યંત્રણાને જોઈને એવું લાગી રહ્યું છે આખું ભારત જ એક ખૂબ મોટા જેલ-ખાનામાં બદલાઈ ગયું છે. પરંતુ મે એની રત્તી પર પણ ચિન્તા નથી કે મને ધરપકડ કરીને જેલમાં નાખી દેવામાં આવે કે ખુલ્લો રહેવા*

દેવામાં આવે. મને આ વાતની પણ પરવા નથી કે હું મરી જઈશ કે જીવિત રહીશ. પરંતુ જ્યાં સુધી મારા શ્વાસો ચાલતા રહેશે, હું પોતાનું કામ કરતો રહીશ."

સંયુક્ત પ્રાન્તની કૉંગ્રેસ કમિટીએ સરકારના પડકારને સ્વીકાર કરતા ઘોષણા કરી દીધી કે અમારું સ્વયં સેવક સંગઠન પૂર્વવત જળવાઈ રહેશે અને પોતાનું કામ કરતા રહેશે. એની સાથે જ પ્રાન્તીય કમિટીએ સ્વયં સેવકોના નામોની એક યાદી દૈનિક પત્રોમાં પણ પ્રકાશિત કરાવી દીધી. એનું પરિણામ એ થયું કે સરકારે સ્વયં સેવકોની ધડાધડ ધરપકડ કરી લીધી. એમની સાથે જ જવાહરલાલ નેહરૂની પણ ધરપકડ કરી લેવામાં આવી.

પ્રિન્સ ઑફ વેલ્સ ભારતના જે જે વિસ્તારમાં ગયા ત્યાં બજારોમાં હડતાળ, કારખાના તથા દુકાનો બંધ અને રસ્તાઓ સૂમસામ મળ્યાં. જો કે યુવરાજ વિરુદ્ધ ભારતવાસીઓના મનમાં કોઈ પણ દુર્ભાવના ન હતી, પરંતુ તત્કાલીન સરકાર એમના વ્યક્તિત્વનો અનુચિત લાભ ઉઠાવીને પોતાની પછડાતી પ્રતિષ્ઠા અને દબદબાને જાળવી રાખવાનો પ્રયત્ન કરવા ઇચ્છતી હતી. પ્રિન્સ ઑફ વેલ્સના ભારત આવવાનું એના સિવાય કોઈ કારણ ન હતું.

આ અસહયોગ આંદોલનમાં આંદોલનકારીઓએ પોલિસના અત્યાચાર ચુપચાપ કે ભારત માતાનો જયઘોષ કરતા સહન કરી લીધા હતા પરંતુ અચાનક ફેબ્રુઆરી, ૧૯૨૨ના આરંભમાં જ આ આંદોલન શાંતિપૂર્ણ અહિંસક આંદોલનમાં ફેરવાઈ ગયું. ચોરી-ચોરા નામના ગામ પાસે આંદોલનકારીઓની સાથે આવેલી ભીડે પોલિસ સ્ટેશનમાં આગ લગાવી દીધી અનેએ આગમાં લગભગ અડધા ડઝન પોલિસ કર્મચારીઓને સળગાવીને મારી નાંખ્યા.

એ સમયે અસહયોગ આંદોલનને દરેક મોરચા પર સફળતા મળતી જઈ રહી હતી પરંતુ આ ઘટનાથી મહાત્મા ગાંધીના મનને ઊંડો આઘાત પહોંચ્યો અને એમણે સત્યાગ્રહ સ્થગિત કરી દેવાની વિધિવત્ ઘોષણા કરી. સત્યાગ્રહ સમાપ્ત થતાં જ ધરપકડોમાં તેજી આવી ગઈ. ગાંધીજીને પણ ધરપકડ કરી એક લાંબી કેદની સજા આપવામાં આવી.

અસહયોગ આંદોલન તો સ્થગિત કરી દેવામાં આવ્યું, પરંતુ કૉંગ્રેસના કાર્યકર્તાઓએ કેટલાક કામોને સતત ચાલૂ રાખ્યા. એમાંથી એક કામ હતું, વિદેશી કપડા વેચવાવાળી દુકાનોની આગળ ધરણા આપવા. આ કામમાં પુરુષોની અપેક્ષાએ સ્ત્રીઓએ વધારે કામ કર્યું. સરકારે એમની પણ ધરપકડ કરી લીધી. પછી એમના પર જલ્દી-જલ્દી કેસ ચલાવવીને જેલમાં મોકલી દીધા.

એ દિવસોમાં ગાંધીજી ચમ્પારન આંદોલનમાં વ્યસ્ત હતા, એમને સૂચના મળી કે ગુજરાત સરકાર ખેડૂતો પર ભીષણ અત્યાચાર કરી રહી છે. સૂચનાને મેળવતા જ ગાંધીજી સમય કાઢીને અમદાવાદ પહોંચી ગયા.

એ વર્ષે અત્યાધિક વરસાદ થવાને કારણે ગુજરાતમાં ખેડૂતોની ખરીફની વાવણી નષ્ટ થઈ ગઈ હતી. વર્ષા ઋતુ સમાપ્ત થઈ ગયા પછી જ્યારે રવિના પાકની વાવણી વાવવામાં આવી તો એને ઉંદરોએ નષ્ટ કરી દીધી. આ પ્રકારે કેડૂતોની પાસે ના તો પોતાના પરિવાર માટે અન્ન રહ્યું અને ના પોતાના પશુઓ માટા ચારો. ખેડૂતોએ સરકારથી આર્થિક મદદની યાચના કરતા અનુરોધ કર્યો કે આ વર્ષે કેમ કે એમના બંને વાવેતર નષ્ટ થઈ ગયા છે આથી લગાનની વસૂલી સ્થગિત કરી દેવામાં આવે.

ગુજરાતના ખેડા જિલ્લામાં એ વર્ષે ખેડૂતોને સૌથી વધારે નુકસાન ઉઠાવવું પડ્યું હતું. ખેડાના ખેડૂત જ નહીં, પશુ પણ ભૂખમરીના કગાર પર ઊભા હતા. પરંતુ જેમ-જેમ ખેડૂતોની મદદની માંગ વધતી ગઈ, સરકારનું દમન ચક્ર તેમ-તેમ શક્તિશાળી થતું ગયું. એણે લગાન વસૂલ કરવાવાળા અધિકારીઓને આદેશ આપ્યો કે જબરદસ્તી લગાન લેવામાં આવે. સરકારની આ મનમાનીની ફક્ત ખેડા જિલ્લામાં જ નહીં, બલ્કે આખા ગુજરાતમાં ભય, આતંક અને ચિંતાની લહેર દોડી ગઈ. લગાન વસૂલ કરવાવાળા અધિકારી લગાનની રકમ ન મળી શકવા પર ખેડૂતોની ગાય, ભેંસ, બળદ, બકરીઓ વગેરે પશુઓને ભર્યાબજારમાં નીલામ કરીને લગાન વસૂલ કરવા લાગ્યા.

ખેતીના કામમાં આવવાવાળા અને આજીવિકાના આધારે પશુઓની નીલામીનું ખેડૂતોને અત્યંત દુઃખ હતું,પરંતુ સૌથી મોટું દુઃખ આ સમયનું હતું કે લગાન વસૂલવાવાળી એમની બેબસીનો લાભ ઉઠાવીને એમની વહૂ-બેટીઓનું અપમાન કરતા હતા. સ્ત્રીઓની સાથે કરવામાં આવવાવાળા આપત્તિજનક વ્યવહારને કારણે ફક્ત ગુજરાત જ નહીં, આખો દેશ ક્ષુબ્ધ થઈ ઉઠ્યો. દરેક તરફથી બેબસ જોઈને ગુજરાતના પીડિત ખેડૂતોએ ગાંધીજીથી આગ્રહ કર્યો કે તેઓ એમના દુઃખોના નિવારણનો કોઈ ઉપાય કરે.

ગાંધીજી ચમ્પારન છોડીને નડિયાદ પહોંચી ગયા. એમણે સરદાર વલ્લભભાઈ પટેલ તથા અન્ય લોકોની સાથે મળીને જિલ્લા કલેક્ટરથી અનુરોધ કર્યો કે આ અમાનવીય અત્યાચારોને રોકવામાં આવે. અંતમાં એ નિર્ણય થયો કે, લગાન એ જ ખેડૂત આપશે જેમની આર્થિક સ્થિતિ સારી છે. બાકી ખેડૂતોનું લગાન માફ કરી દેવામાં આવ્યું.

સન્ ૧૯૨૭માં નવજુવાનોનું આંદોલન તેજી પકડી રહ્યું હતું. જગ્યા-જગ્યાએ યુવક સંઘ કાયમ થઈ ગયા હતા. દેશના યુવકોમાં રાજનૈતિક વિચાર અને રાષ્ટ્રીય ભાવના વધતી જઈ રહી હતી. ગાંધીજીના અસહયોગ આંદોલનોની સફળતાથી દેશની જનતાને એ વિશ્વાસ થતો ગયો કે હવે તે દિવસ દૂર નથી, જ્યારે બ્રિટિશ શાસક ભારતને ઔપનિવેશિક સ્વરાજ્ય સોંપી દેશે.

ભારતની આ રાજનૈતિક જાગરૂકતાને જોઈને બ્રિટનની પાર્લામેન્ટે ઇંગ્લેન્ડના સુપ્રસિદ્ધ વકીલ સર જૉન સાઈમનના નેતૃત્વમાં એક કમીશન ભારત મોકલ્યું. પરંતુ ભારતવાસી જાણતા હતા કે આ કમીશન પણ ભારતીયોના હિત માટે કશું નહીં કરે. આથી કૉંગ્રેસે નિશ્ચય કર્યો કે આ સાઈમન કમીશનનો બહિષ્કાર કરવામાં આવે.

સાઈમન કમીશન આ વાતની તપાસ કરવા આવ્યું હતું કે ભારતવાસીઓમાં એટલી યોગ્યતા છે કે નહીં, જેથી એમને શાસનમાં કેટલાક અધિકાર આપવામાં આવી શકે. પરંતુ આ કમીશન ભારતીયોના આંસૂ લુછવાનું એક માત્ર બહાનું હતું. આથી સાઈમન કમીશને જેવો જ ભારતની ધરતી પર પગ રાખ્યો- ''સાઈમન! ગો બેક''ના ગગનભેદી નારાઓથી એમનું સ્વાગત કરવામાં આવ્યું. જનતાના આ વિરોધ પ્રદર્શનથી સરકારને જનતાને કુચળી નાંખવાનું એક સુંદર બહાનું મળી ગયું. એણે ભીડ પર લાકડીઓ, ગોળીઓ વરસાવવાનું આરંભ કરી દીધું.

લાહોરમાં સાઈમન કમીશનના વિરોધમાં કાઢવામાં આવેલા સરઘસનું નેતૃત્વ લાલા લાજપતરાય કરી રહ્યાં હતા. ભીડ શાંત હતી. ભીડમાં કોઈ પ્રકારની ઉત્તેજના ન હતી. ભીડ ''સાઈમન, ગો બેક''ના નારા લગાવી રહી હતી. અચાનક સેંડર્સ નામના એક નૌજવાન અંગ્રેજ પોલિસ ઑફિસરે લાલા લાજપતરાય પર આક્રમણ કરી દીધું. એણે લાલાજીની છાતી પર દંડા વરસાવ્યા. પરંતુ લાલાજી અને હજારો લોકો કોઈ ઉત્તેજના કે ગભરાટ વગર શાંત ઊભા ''સાઈમન, ગો બેક''ના નારા લગાવતા રહ્યાં.

ભીડમાં વ્યાપ્ત શાંતિને જોઈને પોલિસ હચમચી ઉઠી. સેન્ડર્સ પોલિસના જવાનોને આદેશ આપ્યો કે તે શાંત ઊભેલી જનતા પર લાકડીઓ વરસાવે. આ લાઠીચાર્જમાં અનેક લોકો ઘાયલ થયા. સેન્ડર્સના દંડાના પ્રહારોથી લાલા લાજપતરાય ખૂબ જ ખરાબ રીતે ઘાયલ થયા. એમને હૉસ્પિટલ લઈ જવામાં આવ્યા. પરંતુ સેંડર્સના દંડાઓની મારે અંતે એમની જીવનલીલા જ સમાપ્ત કરી દીધી. મરતા સમયે લાલાજીએ કહ્યું હતું - *''મારી ઉપર મારવામાં આવેલી દરેક લાકડી ભારતમાં બ્રિટિશ શાસનના કફનની ખીલ્લી સાબિત થશે.''*

ગાંધીજીને લાલા લાજપતરાય જેવા મહાન દેશભક્ત અને નિર્ભીક, વીર સેનાની મૃત્યુ પર અપાર દુઃખ થયું. પંજાબના નૌજવાન વર્ગ લાલાજીની બર્બરતા પૂર્વક કરવામાં આવેલી હત્યાથી હચમચી ઉઠ્યા. એનું પરિણામ એ થયું કે મહાન ક્રાંતિકારી ભગતસિંહ અને એમના સાથીઓએ લાલાજીના હત્યારા સેન્ડર્સને ગોળી મારી દીધી.

લાલા લાજપતરાયના મૃત્યુ પછી સાઈમન કમીશનના વિરુદ્ધ પ્રદર્શનોનું જોર વધારે વધી ગયું. સાઈમન કમીશન દેશના જે નગરમાં ગયું ત્યાં એના વિરુદ્ધ જોરદાર પ્રદર્શન થયું અને ત્યાં સરકારે એ પ્રદર્શનોને કુચળવામાં કોઈ પ્રકારની

કસર બાકી ના રાખી. સરકારના ઘોડેસવાર સૈનિકોએ નિહત્થી જનતા તથા પ્રદર્શનકારીઓ પર લાકડીઓનો ચાર્જ કર્યો અને એમને કુચળી નાખવાનો દરેક શક્ય પ્રયત્ન કર્યો. નિર્દોષ જનતાને જેલખાનાઓણાં ઠૂંસવા બ્રિટિશ અફસરશાહીનું રોજબરોજનું કામ થઈ ગયું હતું.

સન્ ૧૯૨૮માં કૉંગ્રેસનું અધિવેશન કલકત્તામાં થયું. જેમાં સરકારથી ખૂબ જ વિનમ્ર શબ્દોમાં યાચના કરવામાં આવી કે તે એક વર્ષની અંદર-અંદર ભારતને ઔપનિવેશક સ્વાધીનતા આપી દે. આ પ્રસ્તાવ સર્વદળ સંમેલનની રિપોર્ટના આધારે રાખવામાં આવ્યો હતો. પરંતુ જ્યારે પ્રસ્તાવ અધિવેશનમાં પ્રસ્તુત કરવામાં આવ્યો, તો ગાંધીજી અને એમના નેતૃત્વમાં વિશ્વાસ રાખવાવાળા અન્ય નેતાઓએ જોર આપીને આ પ્રસ્તાવમાં એ વાક્ય પણ સામેલ કરાવી લીધું કે, જો સરકારે એમની આ માંગ એક વર્ષની અંદર-અદર પૂરી ના કરી તો એમનો ઉદ્દેશ્ય ફક્ત સ્વાધીનતા થઈ જશે અને તે એના માટે સતત સંઘર્ષ કરશે.

એ વાત બિલ્કુલ સ્પષ્ટ હતી કે બ્રિટિશ સરકાર આ માંગને ક્યારેય સ્વીકાર નહીં કરે. એની સાથે લડાઈ થવી નિશ્ચિત હતી અને એ સમયે દેશની સ્થિતિ એ હતી કે સરકારથી કોઈ પણ પ્રકારની લડાઈ એ સમય સુધી અસરકારક સાબિત નથી થઈ શકતી, જ્યાં સુધી કે એ લડાઈનું નેતૃત્વ ગાંધીજી ના કરે, કેમ કે છેલ્લાં વર્ષોની સમસ્ત સફળતાઓએ દેશની જનતામાં ગાંધીજી પ્રત્યે અતૂટ વિશ્વાસ અને શ્રદ્ધા પેદા કરી દીધી હતી.

સન્ ૧૯૨૯માં કૉંગ્રેસના બધા નેતા એ વાતથી એકમત હતા કે, ગાંધીજીને કૉંગ્રેસના અધ્યક્ષ બનાવવામાં આવે. એમને અંદાજો થઈ ગયો હતો કો લડાઈ નજીક આવી ચુકી છે અને લડાઈની બધી બાગડોર એમ પણ એમના જ હાથોમાં રહેવાવાળી છે, ત્યારે એમણે કૉંગ્રેસના વિધિવત્ નેતા જ કેમ ન બનાવી દેવામાં આવે. એમના સિવાય બીજો કોઈ નેતા એ સમયે રાજી ન હતા, જેને સભાપતિ બનાવી શકાતા હતા. આથી પ્રાન્તીય કમિટિઓના અધ્યક્ષ પદ માટે ગાંધીજીની સિફારિશ કરી. પરંતુ ગાંધીજીએ એમના આ પ્રસ્તાવને સ્વીકાર ન કરીને અંતિમ સમયમાં પંડિત જવાહરલાલ નેહરૂનું નામ રજૂ કરી દીધું. આ અપ્રત્યાશિત વાતથી અખિલ ભારતીય કૉંગ્રેસની વર્કિંગ કમિટીના બધા સદસ્ય આશ્ચર્યમાં રહી ગયા. પરંતુ ગાંધીજીએ પોતાની દલીલો દ્વારા એમને એ વાત માનવા પર વિવશ કરી દીધા કે આ સમયે દેશને એક એવા નવજુવાન અધ્યક્ષની જરૂર છે, જેદેશના કરોડો નવજુવાનોને સ્વાધીનતાના આ મહાન યુદ્ધમાં સમ્મિલિત થવાની પ્રેરણા આપી શકે અને એમનું સફળ નેતૃત્વ કરી શકે.

લાહોર કૉંગ્રેસથી થોડા સમય પહેલાં કૉંગ્રેસ અને સરકારની વચ્ચે સમાધાનનો કોઈ નિશ્ચિત આધાર શોધવાનો છેલ્લાં પ્રયત્નો કરવામાં આવ્યા. ગાંધીજીએ તત્કાલીન

વાઈસરૉય લૉર્ડ ઈર્વિનથી મુલાકાત કરી અને કૉંગ્રેસનો દષ્ટિકોણ સમજાવવાનો પ્રયત્ન કર્યો. આ મુલાકાતમાં પંડિત મોતીલાલ નેહરુ, સરતેજબહાદુર સપ્રુ, એસેમ્બલીના પ્રેસીડેન્ટ વિઠ્ઠલભાઈ પટેલ અને મિસ્ટર મોહમ્મદ અલી જિન્ના પણ હતા. પરંતુ આ મુલાકાતથી કોઈ લાભપ્રદ પરિણામ ના નિકળ્યું. કૉંગ્રેસના નેતા અને લૉર્ડ ઈર્વિન એક-બીજાના દષ્ટિકોણથી સંમત ના થઈ શક્યા. સમાધાનનો આધાર શોધી શકવો તો દૂરની વાત હતી કેમ કે વાતચીતથી એ સ્પષ્ટ થઈ ગયું કે સરકાર અને કૉંગ્રેસની વચ્ચે એક મોટું અંતર છે, જેને કોઈ પણ દશામાં સમાપ્ત નથી કરી શકાતું. બંનેમાંથી કોઈ પણ પોતાની વાતથી પાછળ હટવા માટે તૈયાર ન હતું. સરકાર પોતાની જિદ પર અડેલી હતી. લૉર્ડ ઈર્વિને સ્પષ્ટ શબ્દોમાં કહી દીધું કે હજુ ભારતીયોમાં એટલી યોગ્યતા પેદા નથી થઈ કે ભારતને ઔપનિવેશિક સ્વાધીનતા આપી શકાય.

ગાંધી-ઈર્વિન વાર્તાની વિફળતાએ દેશને વિવશ કરી દીધો કે હવે તે ઔપનિવેશક અધિકારોની પ્રાપ્તિ માટે પ્રયત્ન ન કરીને પૂર્ણ સ્વરાજ્ય માટે ભીષણ આરંભ કરી દે. દેશની નવજુવાન પેઢી કોઈ પણ દશામાં બ્રિટિશ સરકારથી ભીખ માંગવા માટે તૈયાર ન હતી. આથી જ્યારે રાવી નદી ના કિનારે સન્ ૧૯૨૯માં કૉંગ્રેસ અધિવેશન થયુંઅને પંડિત જવાહરલાલ નેહરુને અખિલ ભારતીય કૉંગ્રેસ કમિટીના અધ્યક્ષ બનાવીને સ્વાધનીતા સંગ્રાની બાગડોર એમના યુવા હાથોમાં સોંપી દેવામાં આવી તો, એમણે ૨૬ જાન્યુઆરીએ રાષ્ટ્રીય ધ્વજ લહેરાવતા સ્પષ્ટ શબ્દોમાં ઘોષણા કરી દીધી કે *''હવે આપણા સ્વાધીનતા સંગ્રામનો એક માત્ર ઉદ્દેશ્ય સંપૂર્ણ પ્રભુસત્તા સંપન્ન સ્વાધીનતા છે અને એને પ્રાપ્ત કરવા માટે આપણે સતત સંઘર્ષ કરતા રહીશું.''*

લાહોર કૉંગ્રેસના અધિવેશન પછી અનેક ભારતીયોએ એસેમ્બલીથી રાજીનામુ આપી દીધું. ફક્ત કેટલાક ગણેલા લોકો જ એસેમ્બલીમાં રહી ગયા.

એ જ અધિવેશનમાં નિશ્ચિત થયું કે પ્રત્યેક વર્ષે ૨૬ જાન્યુઆરીએ આખા દેશમાં સ્વતંત્રતા દિવસ મનાવવામાં આવે. આ દિવસને સ્થાયી બનાવવા માટે પૂર્ણ સ્વાધીનતા પ્રાપ્ત કર્યા પછી ૨૬ જાન્યુઆરીએ જ સ્વાધીન ભારતનું સંવિધાન લાગૂ કરવામાં આવ્યું અને આ દિવસને સ્વાધીનતા દિવસના રૂપમાં રાષ્ટ્રીય-પર્વ ઘોષિત કરવામાં આવ્યો.

ચોરા-ચોરીની દુ:ખદ ઘટનાથી ક્ષુબ્ધ થઈને ગાંધીજીએ અસહયોગ આંદોલન તો સમાપ્ત કરી દીધું હતું પરંતુ એ આંદોલને જનતાના મનમાં વિદેશી વસ્તુઓ પ્રત્યે ઘૃણા તથા બહિષ્કારની એક એવી ભીષણ આગ લગાવી દીધી હતી, જે સતત ચાલતી રહી. હવે દેશવાસીઓને એ કહેવાની જરૂર નથી રહી ગઈ કે તે વિદેશી વસ્તુઓનો બહિષ્કાર કરે અને બ્રિટિશ સરકારના અનુચિત કાયદાઓનું

ઉલ્લંઘન કરે. દેશની જનતાએ ખુદ જ ખુદને બ્રિટિશ શાસનથી ટક્કર લેવા માટે તૈયાર કરી લીધી.

એકાએક ત્યારે જ સરકારે દૈનિક જીવનની સર્વાધિક ઉપયોગી અને જરૂરી વસ્તુ નમક (મીઠું) પર ટેક્સ લગાવી દીધો. ગાંધીજીએ નિશ્ચય કર્યો કે સૂરત જિલ્લામાં સ્થિત દાંડી ગામના સમુદ્ર તટ પર જઈને મીઠાના કાયદાને ભંગ કરીને સંઘર્ષથી સવિનય અવજ્ઞ આંદોલનના શ્રીગણેશ કરવામાં આવે અને એ જ દિવસે આખા દેશમાં મીઠું બનાવીને સરકારના બનાવેલા આ અન્યાયપૂર્ણ કાયદાને ભંગ કરવાના કાર્યક્રમ આયોજિત કરવામાં આવે. ૧૨ માર્ચ, સન ૧૯૩૦એ ગાંધીજીએ ૭૬ સાથીઓની સાથે સાબરમતી આશ્રમથી દાંડી માટે પગપાળા કૂચ કરી દીધી.

રસ્તામાં પડવાવાળા ગામોમાં પ્રાર્થના સભાઓમાં ગાંધીજીએ પોતાની ઓજસ્વી વાણી દ્વારા સંપૂર્ણ રાષ્ટ્રમાં એક એવી ચેતના અને ઉમંગ ભરી દીધો કે આખા દેશે બ્રિટિશ સરકારના આ કાળા કાયદાનો ભંગ કરવા માટે માથા પર કફન બાંધી લીધું અને આ ધર્મયુદ્ધમાં કૂદી પડ્યાં.

સાબરમતી આશ્રમથી દાંડી ગામ સુધીની યાત્રા ગાંધીજીએ પગપાળા ચાલીને ૨૪ દિવસમાં પૂરી કરી. જ્યારે તેઓ ૧૨ માર્ચે સાબરમતી આશ્રમથી રવાના થયા હતા, તો એમની સાથે ફક્ત ૭૬ સાથીઓ હતા, પરંતુ જ્યારે તેઓ ૬ એપ્રિલે દાંડી ગામના સમુદ્ર તટ પર પહોંચ્યા તો એમની સાથે હજારો માણસોનો વિશાળ જનસમૂહ હતો.

મીઠાનો કાયદો તોડવાના અપરાધમાં ગાંધીજી અને એમને સેંકડો અનુયાયીઓને દાંડીમાં જ ધરપકડ કરી લેવામાં આવ્યા. દેશના ખૂણા-ખૂણામાં મીઠાના કાયદાને તોડવાવાળાઓની ધરપકડ થઈ અને એક વખત ફરી ભારતની જેલો પોતાના જ નિર્દોષ સપૂતોથી ભરાઈ ગઈ.

ગાંધીજીએ દેશવાસીઓનું આહ્વાન કરતાં એમનાથી અપીલ કરી કે ૧૫ મેથી ધારાસભા પર સત્યાગ્રહી જૂથ જાય અને સરકારથી આગ્રહ કરે કે તે આ કાળા કાયદાને પાછો લઈ લે.

ગાંધીજીના આદેશ અનુસાર સત્યાગ્રહીઓના જૂથોએ ધારાસભા પર ધાબો બોલવાનું આરંભ કરી દીધું. સરકારે લાકડીઓ અને ગોળીઓની મદદ લીધઈ. કેટલાય લોકો ઘાયલ થયા એનું કોઈ અનુમાન ના લગાવી શકાયું. મરવાવાળાઓની સંખ્યાનો આંકડો પણ ના મળ્યો.

એક અંગ્રેજ સંવાદદાતા, જે એ પાર્લામેન્ટની પાસે હાજર હતો, એણે પોતાના રિપોર્ટમાં લખ્યું હતું - ''મેં લગભગ ૧૮ વર્ષ સુધી ૨૨ દેશોમાં સંવાદદાતાનું કામ કર્યું છે. મેં અનેક દંગા-ફસાદ, બળવા અને રસ્તાઓની લડાઈઓ જોઈ, પરંતુ એવા દશ્ય એનાથી પહેલાં મેં ક્યારેય નથી જોયા. ક્યારેક-ક્યારેક એ દશ્યોને

જોઈને મને એટલું દુ:ખી થઈ ઉઠે છે કે હું થોડી ક્ષણ માટે ત્યાંથી દૂર થઈ જાઉં છું. આ હૃદય-વિદારક દશ્યોની સાથે જ મેં એક અદ્દભુત વાત પણ જોઈ. તે હતું સ્વયં સેવકોનું અનુશાસન, અહિંસા અને શાંતિ. ગાંધીજીના સિદ્ધાંત એમનામાં ખૂબ જ ભરેલા હતા. લાકડીઓની ઠેસો સહન કરીને પણ એમણે ગાંધીજીના સિદ્ધાંતોને ના છોડ્યા હતા.''

બ્રિટનની સરકારે ૧૨ નવેમ્બર, ૧૯૩૦એ લંડનમાં ગોલમેજ કૉન્ફરન્સનું આયોજન કર્યું. એ કૉન્ફરન્સમાં ભારતના અનેક ધર્મો તથા રાજા-મહારાજાઓના પ્રતિનિધિ તો સામેલ થયા પરંતુ અખિલ ભારતીય કૉંગ્રેસે એ ગોળમેજ કૉન્ફરન્સનો બહિષ્કાર કરી દીધો અને પોતાનો કોઈ પ્રતિનિધિ એ કૉન્ફરન્સમાં ભાગ લેવા માટે ના મોકલ્યો.

આ ગોળમેજ પરિષદના આયોજનથી ભારતની આમ જનતાને કોઈ લાભ ના થયો. આથી સવિનય અવજ્ઞા આંદોલનની ગતિ વધારે ઝડપી થઈ ગઈ. આ આંદોલનથી પરેશાન થઈને સરકારે કૉંગ્રેસ વર્કિંગ કમિટિના સભ્યોને જેલથી મુક્ત કરી દીધા અને કૉંગ્રેસની સાથે સમાધાન કરવા પર મજબૂર થઈ ગઈ.

ગાંધીજી લૉર્ડ ઈર્વિનથી વાચતીત કરવા દિલ્લી પહોંચ્યા. થોડા દિવસ પછી એમણે કૉંગ્રેસ વર્કિંગ કમિટીના અન્ય સદસ્યોને પણ દિલ્લી બોલાવી લીધા. ત્રણ સપ્તામાં ગાંધીજી કેટલીય વખત લૉર્ડ ઈર્વિનથી મળવા ગયા પરંતુ સમાધાન ના થઈ શક્યું. લૉર્ડ ઈર્વિનનું કહેવું હતું કે સવિનય અવજ્ઞા આંદોલન હંમેશાં માટે સમાપ્ત કરી દેવામાં આવે, પરંતુ ભારતની પાસે બ્રિટિશ શાસનથી સંઘર્ષ કરવા માટે કોઈ હથિયાર ન હતું. આથી ગાંધીજીએ લૉર્ડની એ શરતને સ્વીકાર ના કરી. અંતમાં ખૂબ વધારે વિવાદ થયા પછી એ નિશ્ચિત કરવામાં આવ્યું કે થોડા દિવસો માટે આંદોલન સ્થગિત કરી દેવામાં આવે.

એકાએક જ ગાંધી-ઈર્વિનની વાતચીત રોકાઈ ગઈ. વાઈસરૉયે કેટલાય દિવસો સુધી ગાંધીજીને ના બોલાવ્યા. એવા લોકો જે વાતચીત અધૂરી જ રહી જશે પરંતુ અચાનક ૪ માર્ચે લૉર્ડ ઈર્વિનની તરફથી આમંત્રણ આવ્યું. અડધી રાત સુધી એ બંનેની વાતચીત થતી રહી. રાત્રે બે વાગ્યે ગાંધીજીએ પાછા ફરીને વર્કિંગ કમિટીના સભ્યોને જગાવીને બતાવ્યું કે સમાધાન થઈ ગયું છે.આ સમાધાનના આધાર પર આંદોલન સ્થગિત કરી દેવામાં આવ્યું.

ગાંધી-ઈર્વિન સમાધાન થયાના થોડા દિવસ પછી જ લૉર્ડ ઈર્વિન ઇંગ્લેન્ડ ચાલ્યા ગયા અને એમના સ્થાન પર લૉર્ડ વિલિંગ્ટન આવી ગયા. લૉર્ડ વિલિંગ્ટનના સ્વભાવમાં એટલી ઉદારતા ન હતી જેટલી લૉર્ડ ઈર્વિનમાં હતી. એના સિવાય સિવિલ સર્વિસના ઉચ્ચ પદાધિકારીઓને પણ એ વાત પસંદ ન હતી કે કૉંગ્રેસની સાથે કોઈ સમાધાન કરવામાં આવે. પરિવર્તિત થતી પરિસ્થિતિઓની સાથે

સરકારની નીતિ પણ ધીમે-ધીમે બદલાતી ચાલી ગઈ. ગાંધીજી, વાઇસરૉય અને અન્ય અધિકારીઓથી વાતચીત કરવા માટે બે વખત શિમલા ગયા. પરંતુ કોઈ લાભ ના થયો.

એ જ દિવસોમાં લંડનમાં બીજી ગોલમેજી પરિષદ આયોજિત કરવામાં આવી. બ્રિટિશ સરકાર ઇચ્છતી હતી કે આ કૉન્ફરન્સમાં કૉંગ્રેસનો કોઈ પ્રતિનિધિ જરૂર સામેલ હોય. લૉર્ડ વિલિંગ્ટનના વર્તનથી એવું લાગી રહ્યું હતું કે બંગાળ અને પશ્ચિમોત્તર પ્રદેશમાં ક્યારેય પણ અશાંતિ ફેલાઈ શકે છે. આથી ગાંધીજી આ કૉન્ફરન્સમાં એ શરત પર જવા માટે સંમત થયા કે જ્યાં સુધી તે સ્વદેશ પાછા ન ફરે દેશમાં શાંતિ જળવાઈ રહે.

લૉર્ડ વિલિંગ્ટન અને ગાંધીજીની વચ્ચે જ્યારે શિમલામાં સમાધાન થયું, તો શિમલાથી દિલ્લી જવાવાળી છેલ્લી ટ્રેન છૂટી ચુકી હતી. આથી ગાંધીજી માટે એક સ્પેશ્યલ ટ્રેન તૈયાર કરવામાં આવી, જેનાથી તે સમય પર દિલ્લી પહોંચી શકે.

સન્ ૧૯૩૧, ૭ સપ્ટેમ્બરે લંડનમાં દ્વિતીય ગોળમેજ કૉન્ફરન્સ થઈ, એમાં કૉંગ્રેસના પ્રતિનિધિના રૂપમાં ફક્ત ગાંધીજી સામેલ થયા. એમણે કૉન્ફરન્સથી માંગ કરી કે સુરક્ષા અને વિદેશિક બાબતો પર પૂર્ણ નિયંત્રણના અધિકારોની સાથે ભારતને ઔપનિવેશિક સ્વરાજ્ય આપવામાં આવે, પરંતુ બ્રિટિશ સરકારે આ માંગને સ્વીકાર ના કરી.

ગાંધીજીએ બ્રિટિશ સરકારથી સ્પષ્ટ શબ્દોમાં કહી દીધું કે જો તે એમની માંગ સ્વીકાર નથી કરતી, તો એમણે પોતાનો અલગ રસ્તો અપનાવવા મજબૂર થવું પડશે.

ગાંધીજીના આ ખુલ્લા પડકારની પ્રતિક્રિયા એ થઈ કે એમના ભારત પાછા આવવાથી પહેલાં જ પંડિત જવાહરલાલ નેહરૂ અને ખાન અબ્દુલ ગફ્ફાર ખાન જેવાં મોટા-મોટા નેતાઓની સરકારે ધરપકડ કરીને જેલમાં ઠૂંસી દીધા. એ દિવસોમાં સરદાર વલ્લભભાઈ પટેલ કૉંગ્રેસના અધ્યક્ષ હતા. એમણે ગાંધીજીની પ્રતીક્ષા ન કરીને સવિનય અવજ્ઞા આંદોલનનો શંખ ફૂંકી દીધો. એ સમયે દેશનું વાતાવરણ એટલું ગરમ થઈ ચુક્યું હતું કે દેશના નૌજવાન સશસ્ત્ર ક્રાંતિની તૈયારીમાં લાગી ગયા. આખા દેશમાં બ્રિટિશ શાસન પ્રત્યે વિદ્રોહની ભાવના જાગી ઉઠી. ગાંધીજી ભારત પાછા ફર્યા તો એમણે અને કૉંગ્રેસ અધ્યક્ષ સરદાર વલ્લભભાઈ પટેલની ધરપકડ કરીને નરવદા જેલ મોકલી દેવામાં આવ્યા.

દેશમાં ધધકતી વિદ્રોહની આ આગને જોઈને લૉર્ડ વિલિંગટને ઘોષણા કરી કે તે ૬ સપ્તાહની અંદર દેશમાં શાંતિ સ્થાપિત કરીને કૉંગ્રેસનું નામ મિટાવી દેશે. એમણે અન્ય પાછલા વાઇસરૉયેની અપેક્ષાએ વધારે પડતી કઠોર નીતિ અપનાવી. એમણે પોલિસને અધિકાર આપી દીધા કે જ્યાં ક્યાંય પણ સત્યાગ્રહીઓનું સરઘસ

નજરે પડે એના પર લાઠી ચાર્જ કરી દે, ઘોડા દોડાવી દે અને કોઈ આદેશ વગર ગોળીઓ ચલાવી દે. એટલું જ નહીં એમણે સંપત્તિ પર અધિકાર કરી લીધો. પૂરા દેશમાં અનેક ઑર્ડિનેન્સ જારી કરીને લગભગ એક લાખ વ્યક્તિઓને કોઈને કોઈ પ્રકારની સજાઓ આપીને જેલોમાં ઠૂંસી દીધા. કેટલાયને કાળા પાણીની સજા આપવામાં આવી અને પૂરા દેશમાં અનેક દેશભક્તોને ગોળીઓથી વિંધી નાંખવામાં આવ્યા. બ્રિટિશ શાસન જાણે ભારતવાસીઓના લોહીનું તરસ્યું થઈ ઉઠ્યું હતું.

સન્ ૧૯૩૨માં ભારત પર બ્રિટિશ સામ્રાજ્યએ એક ભીષણ વજ્રાઘાત કર્યો. આખો દેશ સન્નાટામાં રહી ગયો. મિસ્ટર રેમ્જે મેકડોનાલ્ડે સાંપ્રદાયિકતાના આધાર પર દલિત જાતીઓની ચૂંટણીના પૃથક અધિકાર આપી દીધા. આ નિર્ણયની વિરુદ્ધ ગાંધીજીએ આમરણ ઉપવાસની ઘોષણા કરી દીધી.

આધા દેશની સામે એક ગંભીર પ્રશ્ન ઊભો થયો. *"જો બ્રિટિશ સરકારે પોતાનો આ નિર્ણય પાછો ન લીધો અને ગાંધીજીનું મૃત્યુ થઈ ગયું તો ભારતની શું દશા થશે? દેશે અત્યાર સુધી રાજનૈતિક ક્ષેત્રમાં જે પ્રગતિ કરી છે, જે સફળતાઓ પ્રાપ્ત કરી છે, એનું શું થશે?"* લોકોને ભારતનું રાજનૈતિક ભવિષ્ય અંધકારમય દેખાવા લાગ્યું. દેશવાસીઓમાં નિરાશા ફેલાવા લાગી.

ગાંધીજીમાં છેલ્લી તક પર સમયોચિત કાર્ય કરવાની અદ્દભુત ક્ષમતા હતી. એમની આમરણ ઉપવાસની ઘોષણાથી પહેલાં તો દેશમાં ખલબલી અને નિરાશા ફેલાઈ ગઈ. પરંતુ થોડા દિવસો પછી જ હિન્દૂ સમાજમાં ઉત્સાહ અને ત્યાગની એક જાદૂભરી લહેર દોડી ગઈ. જેને લોકોના હૃદયથી છુઆછૂતની ભાવનાને ખૂબ ઝડપથી સમાપ્ત કરવાનું આરંભ કરી દીધું. આખો સંસાર આશ્ચર્યમાં પડી ગયો કે નરવડા જેલમાં બેઠેલા નાનાથી નાના કદના દુબળા-પાતળા આ વ્યક્તિ કેટલા મોટા જાદૂગર છે, જે લોકોની અંતરાત્માને જગાવવા અને એમનામાં એક નવી ચેતના, એક નવી ભાવના ભરી દેવામાં સક્ષમ છે.

થોડાં દિવસો પછી જ આ સમસ્યાને લઈને બ્રિટિશ સરકાર અને ગાંધીજીની વચ્ચે સમાધાન થઈ ગયું. આ સમાધાનને સ્વીકાર કરીને ગાંધીજીએ ઘોષણા પાછી લઈ લીધી. એના પછી એમણે ઉપવાસ તોડી દીધા.

આ ઘટના પછી જેલથી આવતા જ ગાંધીજી હરિજનોના કલ્યાણના કામોમાં લાગી ગયા. એમણે હરિજન આશ્રમોની ઠેર-ઠેર સ્થાપના કરી. આ આશ્રમોમાં રહેવાવાળા તો હરિજન હતા પરંતુ એમની બધી વ્યવસ્થા સંપૂર્ણ હિન્દુઓના હાથમાં રહેતી હતી. એક વખત જ્યારે ગાંધીજી સવિનય અવજ્ઞા આંદોલનના સિલસિલામાં જેલમાં હતા, તો એમણે જેલ અધિકારીઓથી હરિજન-કાર્ય માટે સગવડો માંગી પરંતુ સરકારે એમની માંગને સાંભળી નહીં.

એ દિવસોમાં ગાંધીજી નરવડા જેલમાં એક વર્ષની સજા કાપી રહ્યાં હતા. એમણે ફરી આમરણ ઉપવાસની ઘોષણા કરી. આ વખતે એમનું સ્વાસ્થ્ય ઝડપથી કથળવા લાગ્યું. પરંતુ શ્રી સી.એફ. એન્ડ્રૂઝે સરકારથી વાતચીત કરીને એમને ઉપવાસના એકવીસ દિવસ પછી જેલથી છૂટા કરી દીધા અને ગાંધીજીને સમજાવીને વ્રત પણ તોડાવી દીધું. પરંતુ આવું થવામાં એક દિવસનું પણ મોડું થઈ જતું, તો આ વખતે ગાંધીજીનું બચવું ખૂબ જ મુશ્કેલ થઈ જતું.

કેટલાય વર્ષોના સતત સંઘર્ષ પછી અંતમાં સન્ ૧૯૩૫માં બ્રિટિશ સરકારે અખિલ ભારતીય કૉંગ્રેસ પર લગાવવામાં આવેલી તમામ પાબંદીઓ દૂર કરી અને એને એક કાનૂની સંસ્થાના રૂપમાં માન્યતા આપી દીધી. પરંતુ એની કેટલીય સહાયક સંસ્થાઓ જેમ કે સ્વયં સેવક વિભાગ, સેવાદળ, ખેડૂત સભાઓ, શિક્ષણ સંસ્થાઓ અને નવજુવના સભાઓ વગેરે પરથી પ્રતિબંધ ના હટાવ્યા.

બ્રિટિશ સરકાર સમજી રહી હતી કે આ પ્રકારે કૉંગ્રેસને માન્યતા આપીને અને એની અન્ય શાખાઓને દબાવીને એણે દેશમાં ધધકતા સવિનય અવજ્ઞા આંદોલનની આગને પૂરી રીતે ઓલવી નાખી છે. પરંતુ આ વાત ખોટી હતી. ગાંધીજીએ જે રચનાત્મક કાર્યોને આરંભ કર્યા હતા તે સતત ચાલતા રહ્યાં હતા, બલ્કે એની ગતિમાં ઝડપથી ચાલતી આવી રહી હતી.

સન્ ૧૯૩૭માં ગાંધીજીએ નિર્ણય કર્યો કે દેશની એક માત્ર અખિલ ભારતીય રાજનૈતિક સંસ્થા હોવાને કારણે કૉંગ્રેસને લેજિસલેટિવ એસેમ્બલિઓની ચૂંટણીમાં ભાગ લેવો જોઈએ. દેશના મુસલમાનોની એક માત્ર રાજનૈતિક સંસ્થા મુસ્લિમ લીગે પણ આ ચૂંટણીમાં ભાગ લેવાની ઘોષણા કરી દીધી હતી. આ ચૂંટણીઓની સુચારૂ રૂપથી વ્યવસ્થા કરવા માટે કૉંગ્રેસ વર્કિંગ કમિટીએ એક પાર્લામેન્ટરી બોર્ડની સ્થાપના કરી. સરદાર વલ્લભભાઈ પટેલને આ બોર્ડના અધ્યક્ષ અને પંડિત ગોવિંદ વલ્લભ પન્તને મંત્રી બનાવ્યા હતા.

એ દિવસોમાં દેશનું રાજનીતિક વાતાવરણ ખૂબ જ સંદિગ્ધ હતું. પરંતુ ગાંધીજીના નિર્દેશમાં જે ઉમેદવારોને પસંદ કરવામાં આવ્યા, લગભગ તે બધા વિજયી થયા. આ ચૂંટણીનું પરિણામ એ થયું કે દેશના અગિયાર પ્રાન્તોમાંથી મુંબઈ, મદ્રાસ, બિહાર, મધ્ય પ્રદેશ, સંયુક્ત ઉત્તર પ્રદેશ અને ઉડીસા પ્રાન્તોમાં કૉંગ્રેસને બહુમત પ્રાપ્ત થયા. ગાંધીજીએ એક પ્રસ્તાવ પારિત કર્યો કે મંત્રીમંડળની સલાહ વગર ગર્વનર પોતાના વિશેષાધિકારોનો પ્રયોગ નથી કરી શકતા. પરંતુ સરકારે ગાંધીજીના આ પ્રસ્તાવનો ખુલીને વિરોધ કર્યો અને ૬ મહીના સુધી એસેમ્બલીને બોલાવ્યા વગર પ્રાન્તના શાસન અધિકાર ગર્વનરોને સોંપી દીધા.

પરિણામસ્વરૂપ કૉંગ્રેસ અને સરકારની વચ્ચે ૫રી રસાકસી શરૂ થઈ ગઈ. અંતમાં જુલાઈ, ૧૯૩૭માં ગાંધીજીના પ્રયત્નોથી કૉંગ્રેસ અને સરકારમાં સમાધાનના કેટલાક દિવસો પછી આસામ અને ઉત્તર પશ્ચિમી સીમા પ્રાન્તમાં કૉંગ્રેસ અને બાકી ત્રણ પ્રાન્તો પંજાબ, સિન્ધ અને બંગાળમાં મુસ્લિમ લીગના મંત્રીમંડળ શાસન કરવા લાગ્યા અને આ શાસન બે વર્ષ સુધી ચાલતું રહ્યું.

૧ સપ્ટેમ્બર, સન્ ૧૯૩૯એ ઇંગ્લેન્ડે જર્મની અને એના મિત્ર દેશ ઇટાલી તથા જાપાનની વિરુદ્ધ યુદ્ધની ઘોષણા કરી દીધી. ૩ સપ્ટેમ્બરે વાઈસરૉયે પાર્લામેન્ટ પ્રાન્તીય એસેમ્બલિઓ તથા દેશની કોઈ પણ રાજનૈતિક સંસ્થાથી વિચાર-વિમર્શ તો દૂર એમને સૂચિત કર્યા વગર એ ઘોષણા કરી દીધી કે આ વિશ્વ યુદ્ધમાં ભારત બ્રિટનની સાથે છે.

ભારતને બિનજરૂરી રીતે યુદ્ધમાં ઝોંકવાની ઘોષણાની સાથે જ વાઈસરૉયે બીજી બે ઘોષણાઓ કરી દીધી. એમણે કહ્યું - *"ભારતમાં સંઘીય શાસનની સ્થાપનાના ઉદ્દેશ્યને તો છોડી નથી શકાતો, પરંતુ જ્યાં સુધી યુદ્ધ સમાપ્ત નથી થતું, ત્યાં સુધી આ સંબંધમાં કોઈ પ્રકારની વાતચીત કરવામાં નહીં આવે."* એની સાથે જ ૧૯૩૫ના સંવિધાનમાં એ સંશોધન કરવાની ઘોષણા પણ કરી દીધી કે *"સમય અને પરિસ્થિતિઓને જોઈને વાઈસરૉય જ્યારે પણ ઈચ્છશે પ્રાન્તીય સરકારના અધિકાર પોતાના હાથમાં લઈ શકે છે અને પ્રાન્તીય સરકાર એમના પ્રત્યેક આદેશનું પાલન કરવા માટે બાધ્ય થશે."*

વાઈસરૉયની આ ઘોષણાઓ સમાચાર પત્રમાં પ્રકાશિત થતાં જ આખા દેશમાં ખલબલી મચી ગઈ. પ્રથમ વિશ્વયુદ્ધમાં બ્રિટનને ભારતીયો દ્વારા આપવામાં આવેલી મદદનું ઇનામ એમણે રોલેટ એક્ટ, જલિયાંવાલા બાગ નૃશંશ હત્યાકાંડ અને નિર્દોષ જનતા પર લાઠીઓની વર્ષાના રૂપમાં મળ્યું. બ્રિટનના વાયદાઓ પરથી ભારતવાસીઓનો વિશ્વાસ ઉઠી ગયો. બ્રિટન દ્વારા ટર્કીને આપવામાં આવેલા વાયદા અને એ વાયદાને ભંગ કરીને બ્રિટને ટર્કની સાથે જે શતરંજી ચાલ ચાલી હતી, એને ભારતવાસી ભૂલ્યા ન હતા. આથી તત્કાળ કૉંગ્રેસ વર્કિંગ કમિટીની મીટીંગ બોલાવવામાં આવી અને વાઈસરોયની આ ઘોષણાના વિરોધમાં પ્રસ્તાવ પારિત કરવામાં આવ્યો. એની સાથે જ પંડિત જવાહરલાલ નેહરુ, સરદાર વલ્લભભાઈ પટેલ અને મૌલાના અબુલ કલામ આઝાદની એક ઉપસમિતિ બનાવવામાં આવી. આ ઉપસમિતિને એ કામ સોંપવામાં આવ્યું કે તે વિશ્વ યુદ્ધથી ઉત્પન્ન પરિસ્થિતિઓ પર વિચાર કરીને કૉંગ્રેસના કાર્યકર્તાઓના સમવેદ, અનુકૂળ અને સુયોગ્ય સલાહ આપે.

પરંતુ પંજાબ, સિન્ધ અને બંગાળા મુસ્લિમ લીગ મંત્રીમંડળોએ બ્રિટનને આ વિશ્વ યુદ્ધમાં મદદ કરવાનું વચન આપી દીધું. કૉંગ્રેસના નિર્ણયના સંબંધમાં તત્કાલીન

બ્રિટનના ભારતીય મામલાતના મંત્રી લૉર્ડ જેટલેડે ૨૬ સપ્ટેમ્બરે બ્રિટનની પાર્લામેન્ટમાં ભાષણ આપતા કહ્યું- "હું કૉંગ્રેસના નેતાઓની દેશભક્તિની પ્રશંસા તથા સન્માન કરું છું. પરંતુ એમને વ્યાવહારિક મુશ્કેલીઓનું રત્તીભર પણ ધ્યાન નથી. તેઓ પૃથ્વી પર નીચે જોઈને ચાલવાને બદલે આકાશના તારાઓ પર નિજર ટકાવીને ચાલે છે, બ્રિટનના લોકો કોઈ પણ વ્યક્તિને સમયોચિત અને સન્માનપૂર્ણ વ્યવહારનું સન્માન તો કરી શકે છે, પરંતુ કૉંગ્રેસના નેતાઓએ પોતાની માંગ મનાવવવા માટે આ ખોટો સમય પસંદ કર્યો છે."

આ કથનમાં ઉત્તરમાં ઉપ-સમિતિએ કહ્યું - "અમને સંસારના બધા પરાધીને દેશોની સ્વાધીનતાનું વચન મળવું જોઈએ અને વિશ્વના ચિત્ર પર સ્વતંત્ર ભારત નજરે પડવું જોઈએ. ત્યારે જ અમારા માટે આ યુદ્ધમાં મદદ કરવા અને સહયોગ આપવાનો પ્રશ્ન ઉઠી શકશે."

ઉપ-સમિતિના આ જવાબને જાણ્યા પછી વાઈસરૉયે ભારતના રાજા-મહારાજાઓ, રાજનૈતિક પાર્ટીઓના નેતાઓની સાથે વ્યક્તિગત રૂપથી મળવાનું આરંભ કરી દીધું. આ રાજનૈતિક પાર્ટીઓમાં કૉંગ્રેસ સામેલ ન હતી. વાઈસરૉય કૉંગ્રેસના કોઈ નેતાથી વાતચીત કરવા ઇચ્છતા ન હતા.

દેશના વિભિન્ન વર્ગોના પ્રતિનિધિઓથી વાતચીત કર્યા પછી વાઈસરૉયે જે ઘોષણા કરી એનાથી સ્પષ્ટ થઈ ગયું છે કે અંગ્રેજ પોતાની સદીઓ જૂની નીતિ - "ફૂટ નાંખો અને રાજ કરો"ને કોઈ પણ દશામાં છોડવા ઇચ્છતા ન હતા. ગાંધીજીએ વાઈસરૉયની આ ઘોષણાનો વિરોધ કરતા કહ્યું - "વાઈસરૉયની આ ઘોષણા એ વાતનું પ્રમાણ છે કે બ્રિટન ભારતમાં ફૂટ નાંખો અને રાજ કરોની નીતિ અનુસાર જ ચાલવા ઇચ્છે છે. એનાથી તે એ જ યોગ્ય હતું કે સરકાર કોઈ ઘોષણા જ ન કરતી."

આ ઘોષણાએ સમાધાનના બધા રસ્તા બંધ કરી દીધા. જે પ્રાન્તોમાં કૉંગ્રેસ મંત્રીમંડળ હતું એણે વિવશ થઈને ત્યાગપત્ર આપી દીધા અને બે વર્ષ પહેલાં મળેલા પ્રશાસનના અધિકાર સરકારને સોંપીને અલગ થઈ ગયા.

મંત્રીમંડળોના ત્યાગ પત્ર પછી બ્રિટનની સરકારે સર સ્ટેફર્ડ ક્રિપ્સના નેતૃત્વમાં એક મિશન ભારત મોકલ્યું. ક્રિપ્સે ભારતની તત્કાલીન સરકાર અને કૉંગ્રેસની વચ્ચે સમાધાન કરાવવાના ખૂબ પ્રયત્ન કર્યા. પરંતુ વાઈસરૉયે ક્રિપ્સ મિશનની સિફારિશોને માનવાથી સ્પષ્ટ ઇનકાર કરી દીધો કેમ કે તે ભારતીય રાજા-મહારાજાઓને એ સમયે સરકારની વિરુદ્ધ કરવા ઇચ્છતા ન હતા કેમ કે એમને બ્રિટનને યુદ્ધમાં પર્યાપ્ત મદદ મળી રહી હતી. પોતાના પ્રયત્નોમાં અસફળ થઈને ક્રિપ્સ મિશન ઇંગ્લેન્ડ પાછું ચાલી ગયું.

દ્વિતીય વિશ્વ યુદ્ધ દરમિયાન જ એ વાત સ્પષ્ટ નજરે પડવા લાગી હતી કે વિભિન્ન રાષ્ટ્રોની મદદથી જો બ્રિટન આ યુદ્ધમાં વિજયી થઈ પણ ગયું તો એનું ના આર્થિક માળખું જ બલ્કે એની સૈનિક તથા સામરિક શક્તિની સીમા પણ એ કદર નષ્ટ થઈ જશે કે કદાચ જ તે વિશ્વના ખૂણા-ખૂણામાં ફેલાયેલા પોતાના આધીન દેશો પર યુદ્ધથી પહેલાંની જેમ આતંકભર્યું આધિપત્ય જમાવી રાખી શકે. યુદ્ધ પછી વિશ્વમાં થવાવાળા મહાન પરિવર્તન સ્પષ્ટ દેખાવા લાગ્યા હતા.

ગાંધીજીએ યુદ્ધ દરમિયાન ખૂબ સૂઝબૂઝથી કામ લીધું. કૉંગ્રેસે સરકરાને યુદ્ધમાં મદદ અને સહયોગ ન આપવાની જે ઘોષણા કરી હતી, એનું એણે પૂરી રીતે પાલન કર્યું અને લેજિસ્લેટિવ એસેમ્બલિઓને છોડીને ફરીથી સવિનય અવજ્ઞા આંદોલનનો સૂત્રપાત કરી દીધો. જબરદસ્તી વસૂલ કરવામા આવવાવાળા વૉર ફંડ અને નવા-નવા ટેક્સોના ભારથી ભારતની જનતા હચમચી ઉઠી હતી. આખા દેશમાં અંગ્રેજો પ્રત્યે ઘૃણા અને દ્વેષની ભાવનાથી જનતામાં ઉત્તેજના ફેલાઈ ગઈ અને તે કોઈ પણ મૂલ્ય પર અંગ્રેજોને દેશથી ભગાવવા માટે કૃત સંકલ્પ થઈ ગઈ.

આ વખતે સવિનય અવજ્ઞા આંદોલન આરંભ કરવા માટે ગાંધીજીએ વિનોબા ભાવેને પસંદ કર્યા. ૧૭ ઑક્ટોબર, ૧૯૪૧એ વિનોબા ભાવેએ પવનાર આશ્રમમાં યુદ્ધ વિરોધી ભાષણ આપ્યું અને પછી ગામડે-ગામડે ફરીને યુદ્ધની વિરુદ્ધ પ્રચાર કરવા લાગ્યા. ચાર દિવસ પછી એમની ધરપકડ કરીને ત્રણ મહીનાની સજા સંભળાવવામાં આવી અને જેલમાં મોકલી દીધા. પંડિત જવાહરલાલ નેહરૂએ તો આંદોલન આરંભ પણ કર્યું ન હતું અને એમની ધરપકડ કરીને જેલ મોકલી દેવામાં આવ્યા. એમને ચાર વર્ષની સજા થઈ.

પંડિત જવાહરલાલ નેહરૂની ધરપકડ પછી કૉંગ્રેસના લગભગ બધા મોટા-મોટા નેતાઓની ધરપકડ કરીને જેલોમાં બંધ કરી દેવામાં આવ્યા. અવજ્ઞા આંદોલન ધીમે-ધીમે આખા દેશમાં ફેલાઈ ગયું. પહેલાં તો સત્યાગ્રહીઓની પસંદગી ગાંધીજી ખુદ કરતા હતા, પરંતુ પછીથી પ્રાન્તીય કૉંગ્રેસ કમિટીઓ કરવા લાગી. આખા દેશમાં યુદ્ધ વિરોધી નારા ગૂંજવા લાગ્યા. એમનામાંથી એક નારો અત્યંત લોકપ્રિય નારો હતો - *"ન એક પાઈ, ન એક ભાઈ"* એટલે ના તો ભારતવાસી વાર ફંડના નામ પર એક પાઈ આપશે અને ના કોઈ ભારતીય આ યુદ્ધમાં સૈનિકના રૂપમાં બ્રિટિશ સરકારની મદદ કરશે.

વ્યક્તિગત સત્યાગ્રહ લગભગ સવા વર્ષ સુધી ચાલતો રહ્યો. આ સત્યાગ્રહમાં લગભગ એક લાખ વીસ હજાર સ્ત્રી-પુરુષની ધરપકડ કરીને જેલોમાં ઠૂંસી દેવામાં આવ્યા. કેસનું નાટક કરીને એમને સજા સંભળાવી દીધી. જેલોમાં એમની સાથે

અમાનવીય વ્યવહાર કરવામાં આવ્યા.

ગાંધીજી ઇચ્છતા હતા કે યુદ્ધ સમયમાં એક મોટા પાયા પર શાંતિપૂર્ણ આંદોલન દેશભરમાં ચાલતું રહે અને ભારતીય બ્રિટિશ સત્તાના અસ્તિત્વને નકારીને સ્વતંત્ર દેશના નાગરિકો જેવો વ્યવહાર કરે. તત્કાલીન પરિસ્થિતિઓનું ખૂબ ઊંડાણથી અભ્યાસ કર્યા પાછી ગાંધીજીએ દેશને નારા આપ્યા. એમનામાંથી તો એક બ્રિટિશ શાસકો માટે હતો - *"ક્વિટ ઇન્ડિયા" "અંગ્રેજો ભારત છોડો"* અને બીજો જે દેશવાસીઓ માટે હતો - *"ડૂ ઓર ડાઈ"* અર્થાત્ કરો કે મરોનો નાનો એવો પરંતુ અત્યંત વિસ્ફોટક મંત્ર આસામની પહાડીઓથી લઈને ઉત્તર-પશ્ચિમી સીમાન્ત પ્રદેશ સુધી અને કાશ્મીરથી લઈને કન્યાકુમારી સુધી ગૂંજી ઉઠ્યો. ૧૬ જુલાઈ, ૧૯૪૨એ કૉંગ્રેસ વર્કિંગ કમિટીની બેઠક વર્ધામાં થઈ. લાંબી ચર્ચા પછી વર્કિંગકમિટીના સભ્યોએ ગાંધીજીની સલાહ માની લીધી અને એ સલાહ અનુસાર પ્રસ્તાવ પાસ કરી દીધો. આ પ્રસ્તાવની પૃષ્ટિ માટે ૭-૮ ઓગસ્ટ, ૧૯૪૨એ મુંબઈમાં અખિલ ભારતીય કૉંગ્રેસ કમિટીના અધિવેશનનું આયોજન કરવામાં આવ્યું. આ અધિવેશનમાં ૮ ઓગસ્ટે એ પ્રસ્તાવને સ્વીકાર કરી લેવામાં આવ્યો. એ પ્રસ્તાવમાં કહેવામાં આવ્યું હતું - *"આજે વિશ્વની સામે જે વિષમ સંકટ છે એનું નિરાકરણ કરવા માટે ભારતની સ્વાધીનતા ખૂબ જ જરૂરી છે. આથી અખિલ ભારતીય કૉંગ્રેસ જરૂરી સમજે છે કે અંગ્રેજ ભારત છોડીને ચાલ્યા જાય અને સ્વતંત્ર ભારતવાસી ખુદ પોતાની સ્વાધીન, સત્તા સંપન્ન સરકારનું નિર્માણ કરે અને સ્વતંત્ર ભારતની સરકાર દેશની સુરક્ષા તથા કલ્યાની સંપૂર્ણ જવાબદારી ઉઠાવે. વિશ્વની માનવતાના હિત તથા કલ્યાણ માટે કામ કરવાથી વિશ્વની કોઈ પણ સત્તા હવે ભારતને રોકી નથી શકતી. આથી કૉંગ્રેસ નિશ્ચય કરે છે કે દેશ સ્વાધીનતા તેમજ સ્વતંત્રતા, અહિંસા અને શાંતિના આધાર પર વિશાળ તથા વિરાટ પાયા પર જનસંઘર્ષ આરંભ કરી દે. આ જનસંઘર્ષનું નેતૃત્વ મહાત્મા ગાંધી કરશે અને તેઓ જ રાષ્ટ્રનું માર્ગદર્શન કરશે."*

અખિલ ભારતીય કૉંગ્રેસ કમિટીના આ પ્રસ્તાવને સ્વીકાર કરીને ગાંધીજીએ રાષ્ટ્રને કરો કે મરોનો મહામંત્ર આપતા કહ્યું - *"હું તમારા મહાદર્શનની જવાબદારી સ્વીકાર કરું છું પરંતુ સેનાપતિ કે નિયંત્રકના રૂપમાં નહીં, બલ્કે તમારા વિનમ્ર સેવકની હેસિયતથી. તમારી સેવા કરવી મારો ધર્મ છે. આ સંઘર્ષમાં તમારે જે કષ્ટ ઉઠાવવા પડશે, હું એમાં ભાગીદાર બનવા ઇચ્છું છું. આ સંઘર્ષ એક વ્યાપક સંઘર્ષ થશે. આપણી સંપૂર્ણ યોજના સ્પષ્ટ છે. એમાં ગોપનીયતાને કોઈ સ્થાન નથી. આ એક ખુલ્લું આંદોલન છે, ખુલ્લો વિદ્રોહ છે. આપણી ટક્કર એક વિશાળ અને શક્તિ સંપન્ન સામ્રાજ્યતી છે. આપણો આ સંઘર્ષ એક ધર્મયુદ્ધ*

છે, જે સીધું અને સાચ્ચું છે. આજથી પ્રત્યેક ભારતીય ખુદને પૂર્ણ રૂપથી સ્વતંત્ર સમજે. એની સામે આજે એક જ લક્ષ્ય છે, એક જ ઉદ્દેશ્ય છે અને તે છે અહિંસાના માર્ગ પર ચાલીને સ્વતંત્રતા પ્રાપ્ત કરવી-હવે તો કરવું છે કે મરવું છે. આપણો એક જ મંત્ર છે- એક જ નારો છે કરો યા મરો. આ વખતે આપણે ભારતની સ્વતંત્રતાનું અંતિમ યુદ્ધ લડવાનું છે. આ યુદ્ધમાં પ્રત્યેક ભારતીય ખુદને સેનાપતિ માનીને ભાગ લેસે. સલાહ આપવી કે માર્ગદર્શન માટે સમિતિનો કોઈ સદસ્ય જીવિત રહે કે ના રહે. પ્રત્યેક ભારતવાસીએ એ માનીને આ યુદ્ધને પોતાના અંતિમ શ્વાસ સુધી ચાલુ રાખવાનું છે કે આ સ્વતંત્રતાનું અંતિમ યુદ્ધ છે અને આપણે દરેક સ્થિતિમાં વિજય પ્રાપ્ત કરવાની છે."

સન્ ૧૯૪૨, ૭ ઓગસ્ટે મુંબઈમાં કૉંગ્રેસ મહાસમિતિની બેઠક થઈ અને ૮ ઓગસ્ટે મહાત્મા ગાંધીએ "ભારત છોડો" આંદોલનનો અભૂતપૂર્વ અને ઐતિહાસિક પ્રસ્તાવ સમિતિની સામે પ્રસ્તુત કર્યો, જેને મહાસમિતિએ કોઈ વિરોધ કે પરિવર્તન વગર સર્વસંમતિથી સ્વીકાર કરી લીધો. મહાત્મા ગાંધીના આ પ્રસ્તાવને સ્વીકૃતિ પ્રદાન કરીને મહાસમિતિએ મિત્ર રાષ્ટ્રોને ધ્યેય પ્રાપ્તિ, ભારતની સુરક્ષા માટે તત્કાળ ભારતથી બ્રિટિશ શાસનનો અંત, પરાધીન અને ઔપનિવેશિક રાષ્ટ્રોને પોતાના શકંજામાં દબાવી રાખવાની સામ્રાજ્યવાદી નીતિ અને સ્વતંત્રતાની પ્રાપ્તિ પછી સ્વાધીન ભારત સરકારની રૂપરેખા વગેરે પ્રમુખ સમસ્યાઓ પર વિસ્તારથી વિચાર વિમર્શ કર્યા પછી આ ઘોષણા કરી- *"આ અંતિમ ક્ષણમાં ભારતની સ્વતંત્રતા માટે આ મહાસમિતિ એક વખત ફરી બ્રિટન અને એના મિત્ર રાષ્ટ્રોથી અપીલ કરે છે. ભારતીય જનતા ખુદ પર શાસન કરવાવાળી અને માનવતાના કલ્યાણ માટે કરવામાં આવવાવાળા કાર્યોમાં વ્યવધાન પેદા કરવાવાળી અને બ્રિટનની સામ્રાજ્યવાદી તથા નિરંકુશ સરકારની વિરુદ્ધ સંઘર્ષ કરવા માટે કૃતસંકલ્પ છે. ભારતીય જનતાએ હવે વધારે સમય સુધી ગુલામ બનાવી રાખવાનું કોઈ પણ કારણ દેખાઈ નથી રહ્યું. આથી મહાસમિતિ બ્રિટિશ સામ્રાજ્યની દાસતાથી મુક્તિ તથા સ્વતંત્રતાના અધિકારને, જેને કોઈ પણ બીજા રાષ્ટ્રોને સોંપી નથી શકાતું, એને પ્રાપ્ત કરવા માટે મોટામાં મોટા પાયા પર અહિંસા આધારિત સંઘર્ષની સ્વીકૃતિ પ્રદાન કરે છે."*

પરંતુ સંઘર્ષના હજુ શ્રીગણેશ પણ ના થયો હતો કે અંગ્રેજી સરકારે અત્યંત તીવ્રતાથી પોતાની દમનકારી નીતિનો સહારો લેવાનું આરંભ કરી દીધું. ૯ ઓગસ્ટે સૂર્યના નિકળવાથી પહેલાં જ ગાંધીજી અને કૉંગ્રેસ કમિટીના એ બધા સદસ્યોની ધરપકડ કરી લેવામાં આવી, જે એ રાત્રે મુંબઈમાં હતા. ગાંધીજીને આગાખાન જેલમાં અને વર્કિંગ કમિટીના અન્ય સદસ્યોને અહમદનગર તથા અન્ય જેલોમાં બંધ કરી દેવામાં આવ્યા.

દેશના વિભિન્ન નગરોમાં કૉંગ્રેસના પ્રમુખ નેતાઓની ધરપકડોની સાથે જ સંપૂર્ણ રાષ્ટ્ર સ્વાધીનતાના આ મહાસંગ્રામમાં કૂદી પડ્યાં. કૉંગ્રેસના બધા મોટા-મોટા નેતા જેલોમાં બંધ હતા. કાર્યકર્તાઓનું માર્ગદર્શન અને એમને નિયંત્રિત કરવાવાળું કોઈ ન હતું, આથી ગાંધીજીના કથનાનુસાર પ્રત્યેક ભારતવાસીએ ખુદને સેનાની માનીને બ્રિટિશ સામ્રાજ્યવાદને ભારતથી ઉખાડી ફેંકવા માટે કમર કસી લીધી. સરકારી ઇમારતોમાં આગ લગાવવામાં આવી, રેલવેના પાટાઓ ઉખાડવામાં આવ્યા, સરકારી ઇમારતો પર અધિકાર કરીને એમના પર ત્રિરંગો લહેરાવી દીધો. મુખ્ય રૂપથી ઉત્તર પ્રદેશમાં બલિયા, બંગાળમાં મેદિનીપુર અને મહારાષ્ટ્રમાં સતારા પર ભારતીય જનતાએ પૂર્ણ રૂપથી અધિકાર કરીને ત્યાંના શાસન પોતાના હાથોમાં લઈ લીધું. સરકારી ઑફિસરો અને કર્મચારીઓએ ભયગ્રસ્ત થઈને શાસન-સૂત્ર આંદોલનકારીઓના હાથોમાં સોંપી દીધું. એ નગરો પર પુનઃ અધિકાર કરવા માટે અંગ્રેજી હકૂમતને સેનાની મદદ લેવી પડી.

લગભગ ૬ મહીના પછી ૧૨ ફેબ્રુઆરીએ કેન્દ્રીય એસેમ્બલીમાં તત્કાલીન રક્ષા સચિવે પોતાનો રિપોર્ટ પ્રસ્તુત કરતા બતાવ્યું કે ૯ ઓગસ્ટ, સન્ ૧૯૪૨થી લઈને ૧૧ ફેબ્રુઆરી, સન્ ૧૯૪૩ સુધીના આ ૬ મહીનાઓમાં સેના અને પોલિસને ૫૩૮ વખત ગોળીઓ ચલાવવી પડી હતી. લાઠી ચાર્જ અને ગોળીબારી વગેરેથી ફક્ત એક હજાર માણસો માર્યા ગયા, ૧૬૩૦ ઘાયલ થયા, ધરપકડ કરવામાં આવનાર સ્ત્રી-પુરુષોની સંખ્યા કુલ ૬૦૨૨૯ હતી અને લગભગ ૧૮ હજાર લોકોને કેસ ચલાયા વગર નજરબંધ કરવામાં આવ્યા હતા. એમના સિવાય કેટલાય હજાર લોકો પણ હતા જેમને આ ૬ મહીનાઓમાં ધરપકડ કરવામાં આવી અને કેટલાક બે-ચાર મહીનાની સજા આપ્યા પછી છોડી દેવામાં આવ્યા હતા.

રક્ષા સચિવ દ્વારા પ્રસ્તુત આ આંકડા બિલ્કુલ ખોટા હતા. ભારત છોડો આંદોલનમાં જે લોકો બ્રિટિશ સામ્રાજ્યની સેના તથા પોલિસની ગોળીઓનો શિકાર થયા એમની વાસ્તવિક સંખ્યા આ સંખ્યાથી બમણાથી પણ વધારે હતી. હકીકતમાં ભારત છોડો આંદોલને દેશની સ્વાધીનતા માટે એક સ્પષ્ટ માર્ગ બનાવી દીધો હતો અને ત્યાગ તથા બલિદાનની ભાવનાથી ઉત્સાહભર્યા વાતાવરણની સૃષ્ટિ કરી દીધી હતી. આ આંદોલને રાષ્ટ્રમાં છેલ્લી ત્રણ સદીઓથી જામેલી બ્રિટિશ સામ્રાજ્યના મૂળીયાને હલાવી દીધા હતા. બ્રિટિશ સરકારને આ આંદોલન પર પૂરી રીતે વિશ્વાસ થઈ ગયો હતો કે, ''ભારતીય જનતા બ્રિટિશ સામ્રાજ્યવાદની વિરુદ્ધ છે. એમના હૃદયમાં ધધકતી સ્વતંત્રતાની આગ કોઈ પણ ભીષણ જ્વાળામુખીનું રૂપ ધારણ કરી શકે છે. આથી આપણે ભારત છોડવા

માટે કોઈ પણ સમયે તૈયાર રહેવું જોઈએ."

ભારત છોડો આંદોલનમાં ભારતીય જનતાના ત્યાગ અને બલિદાનોની દુઃખદ ગાથાઓએ વિશ્વના અન્ય દેશોને અત્યાધિક પ્રભાવિત કર્યા. એમની સહાનુભૂતિ ભારત તરફ થઈ ગઈ. બ્રિટિશ શાસકોના ખૂની હથકંડોની પોલ આખો સંસાર જાણી ગયો. વિશ્વના અનેક સ્વાધીન અને પરાધીન રાષ્ટ્રોમાં ભારતને સ્વતંત્રતા આપવાની માંગ ઉઠવા લાગી. એની સાથે જ બ્રિટિશ સામ્રાજ્યવાદના ખૂની શકંજામાં જકડાયેલા અસહાય રાષ્ટ્ર પોતાની સ્વાધીનતા તથા સ્વતંત્રતા માટે સજાગ થવા લાગ્યા. એ બધા પરાધીન રાષ્ટ્રો માટે મહાત્મા ગાંધી એક આદર્શ બની ગયા હતા. એમનું અહિંસાપૂર્ણ આંદોલન એ પરાધીન રાષ્ટ્રો માટે પ્રેરણા જ નહીં, માર્ગદર્શક પણ બની ગયું હતું. જે લોકો એ કહ્યા કરતા હતા કે, *"શું ગાંધીજી સવિનય અવજ્ઞા આંદોલનથી ચુપચાપ કોઈ વિરોધ વગર, ગોળીઓ લાકડીઓ ખાઈને આટલા વિરાટ અને સર્વશક્તિ સંપન્ન બ્રિટિશ સામ્રાજ્યની ત્રણ સદીઓની દાસતાની સાંકળોમાં જકડાયેલું ભારત સ્વતંત્રતા પ્રાપ્ત કરી શકે છે?"* તે લોકો મહાત્મા ગાંધીના આ શાંતિ અને અહિંસા પર આધારિત આંદોલનનું ખુલીને સમર્થન કરવા લાગ્યા અને એમના મનમાં એ વિશ્વાસ પેદા થઈ ગયો કે અહિંસા આંદોલનથી જ મહાન શક્તિશાળી બ્રિટિશ સામ્રાજ્યનો મુકાબલો કરી શકાય છે.

"ભારત છોડો" આંદોલન તેમ છતાં ગાંધીજીના પહેલા આંદોલનોની જેમ જ શાંતિપૂર્ણ અહિંસક આંદોલન હતું, પરંતુ અંગ્રેજ સરકાર દ્વારા નિહત્થા અને શાંતિપ્રિય સત્યાગ્રહીઓ પર કરવામાં આવવાવાળા અત્યાચારોથી દેશના કેટલાક નૌજવાનોના દિલોમાં હિંસાની આગ ભડકી ઉઠી અને તે ઈંટનો જવાબ પથ્થરથી આપવા મજબૂર થઈ ગયા. અંગ્રેજ સરકારે આ હિંસાત્મક કાર્યવાહીઓ માટે કૉંગ્રેસ અને ગાંધીજીને દોષી ઠેરવ્યા. અંગ્રેજ સરકારના આ અન્યાયપૂર્ણ આરોપથી ગાંધીજીને ખૂબ જ દુઃખ થયું. એમણે ૧૦ ફેબ્રુઆરીએ ઉપવાસની ઘોષણા કરીને તત્કાલીન વાઈસરૉયને પોતાના પર લગાવવામાં આવેલા આ આરોપનો વિરોધ કરતા કહ્યું - *"તમે મારી સાથે જે અન્યાય કર્યો છે, આ ઉપવાસ એ ન્યાય માટે સર્વોચ્ચ અદાલતમાં કરવામાં આવવાવાળી એક અપીલ છે, જે ન્યાયને હું તમારાથી પ્રાપ્ત નથી કરી શક્યો. હું અથવા મારી સંસ્થા આ હિંસાત્મક કાર્યવાહીઓ માટે જવાબદાર છે કે નહીં એના પર નિર્ણય તો પરમાત્માનું સર્વોચ્ચ ન્યાયાલય જ કરશે."* આ પત્રને વાઈસરૉયને મોકલવાની સાથે જ ગાંધીજીએ ઉપવાસ આરંભ કરી દીધા.

ગાંધીજીના આ આમરણ ઉપવાસના સમાચાર મેળવતા જ આખા સંસારમાં ખલબલી મચી ગઈ. સંસારના બધા જાગરૂક રાષ્ટ્રોએ ગાંધીજીના આ વ્યવહાર પ્રત્યે આ વખતે ફક્ત ખુલ્લે-ખુલ્લી સહાનુભૂતિ જ પ્રદર્શિત ના કરી, બલ્કે બ્રિટનના શાસકો પર દબાણ નાંખીને એમને ગાંધીજીની સાથે માનવોચિત સમાધાન કરવા પર વિવશ પણ કરી દીધા. વિશ્વના એ રાષ્ટ્રોના દબાણનું પરિણામ એ થયુંકે ગાંધીજીએ ૨૧ દિવસો પછી પોતાના ઉપવાસ તોડી દીધા.

મે, સન્ ૧૯૪૪માં સતત વધી રહેલી બીમારીને કારણે ગાંધીજીને જેલથી મુક્ત કરી દેવામાં આવ્યા. આની વચ્ચે લૉર્ડ લિનલિયગો પાછા ઇંગ્લેન્ડ ચાલ્યા ગયા અને એમના સ્થાન પર લૉર્ડ વેવલ વાઇસરૉય બનીને આવ્યા. અચાનક અંગ્રેજોએ ફૂટ નાંખો અને રાજ્ય કરોની યોજના અનુસાર ભારતમાં સાંપ્રદાયિકતાની આગ સળગાવી દીધી. દેશના વિભિન્ન નગરોમાં હિન્દૂ-મુસ્લિમ દંગા આરંભ થઈ ગયા. આ સાંપ્રદાયિક દંગાઓને જોઈને ચક્રવર્તી રાજગોપાલાચારી એ પરિણામ પર પહોંચ્યા કે મુસ્લિમ લીગની સાથે સમાધાન કરી લેવામાં આવે અને ભારતનો કેટલોક ભાગ પાકિસ્તાનના નામ પર મુસ્લિમ લીગને આપી દેવામાં આવે. ચક્રવર્તી રાજગોપાલાચારીએ સમાધાનનો આ પ્રસ્તાવ કૉંગ્રેસ વર્કિંગ કમિટીની સામે રાખ્યો. ગાંધીજીએ તો કૉંગ્રેસ વર્કિંગ કમિટીના કેટલાય સદસ્યોના વિરોધ હોવા છતાં આ સમધાનનું સમર્થન કર્યું પરંતુ મુસ્લીમ લીગના અધ્યક્ષ મિસ્ટર જિન્નાએ આ પ્રસ્તાવને અસ્વીકાર કરીને કહ્યું કે આ પ્રસ્તાવ અનુસાર ભારતીય મુસલમાનોને જે પોતાનો દેશ મળશે તે અધૂરો, અંગહીન અને ઉધઈ લાગેલું પાકિસ્થાન હશે અને આ પ્રકારે કૉંગ્રેસ અને મુસ્લીમ લીગની વચ્ચે સમાધાન ના થઈ શક્યું. એનાથી સૌથી દુઃખદ પરિણામ એ થયું કે ક્ષુબ્ધ થઈને ચક્રવર્તી રાજગોપાલચારી અને કૉંગ્રેસ વર્કિંગ કમિટીના કેટલાક સદસ્યોની વચ્ચે મતભેદ પેદા થઈ ગયો અને અખંડ ભારતની સમર્થક હિન્દૂવાદી પાર્ટીઓ અને સંગઠન જેમનામાં હિન્દૂ મહાસભા અને રાષ્ટ્રિય સ્વયં સેવક જેવા સાંપ્રદાયિક સંગઠનોમાં, ગાંધીજી અને ચક્રવર્તી રાજગોપાલાચારીના પ્રતિ વિરોધ અને વિદ્વેષની ભાવના જાગી ઉઠી.

તત્કાલીન વાઇસરૉય લૉર્ડ વેવલે શિમલામાં ભારતની વિભિન્ન રાજનૈતિક પાર્ટીઓ અને સંસ્થાઓના દરેક પ્રતિનિધિઓના એક સંમેલનનું આયોજન કરવામાં આવ્યું. આ સંમેલનમાં ભાગ લઈ શકે, એના માટે ૧૬ જૂન, ૧૯૪૫એ કૉંગ્રેસ વર્કિંગ કમિટીના બધા સદસ્યોને જેલથી છૂટા કરી દેવામાં આવ્યા. એમાં કૉંગ્રેસના અધ્યક્ષ મૌલાના અબુલ કલામ આઝાદ, પંડિત જવાહરલાલ નેહરૂ અને સરદાર પટેલ વગેરે બધા મુખ્ય નેતા સામેલ હતા.

આ સંમેલનમાં મૌલાના આઝાદ જેવા મુસ્લિમ નેતા સામેલ હતા પરંતુ મિસ્ટર જિન્નાએ કહ્યું કે સંમેલનમાં એ જ મુસલમાન સામેલ થઈ શકશે જે મુસ્લિમ લીગના સદસ્ય હોય. પરંતુ કૉંગ્રેસે મિસ્ટર જિન્નાના સુઝાવને સ્વીકાર ના કર્યો. એનું પરિણામ એ થયું કે લૉર્ડ વેવલ દ્વારા આયોજિત શિમલા સંમેલન સફળ ના થઈ શક્યું. આની વચ્ચે એક એવી ઘટના ઘટી, જેણે બ્રિટિશ શાસકોના મનમાં એ વાત ગહેરાઈથી બેસાડી દીધી કે હવે ભારતને તેઓ વધારે દિવસો સુધી દાસતાની સાંકળોમાં નથી જકડીને રાખી શકે.

દ્વિતીય વિશ્વયુદ્ધ દરમિયાન જ્યારે ભારતીય કૉંગ્રેસના લગભગ બધા નેતા જેલોમાં ઠૂંસી દેવામાં આવ્યા હતા, સુભાષચંદ્ર બોસને બીમારીને કારણે અંગ્રેજ સરકારે જેલથી મુક્ત કરીને એમના ઘરમાં જ નજરબંધ કરી દેવામાં આવ્યા હતા પરંતુ તેઓ પોલિસને ચકમો આપીને અંગ્રેજ સરકારની આંખોમાં ધૂળ નાખીને પોતાના ઘેરથી જ નહીં, ભારતની સીમાથી પણ બહાર નિકળી ગયા અને અફગાનિસ્તાનના રસ્તાથી જર્મની પહોંચી ગયા. એમણે સર હિટલરથી મુલાકાત કરીને એમનાથી અનુરોધ કર્યો કે તે ભારતને અંગ્રેજોની દાસતાથી મુક્ત કરવામાં એમની મદદ કરે.

જર્મનીની સાથે-સાથે જાપાન પણ મિશ્ર રાષ્ટ્રોની વિરુદ્ધ યુદ્ધમાં કૂદી ચુક્યું હતું. જાપામાં રહેવાવાળા ભારતીયોએ જેમના નેતા રાસ બિહારી બોસ હતા, સુભાષચંદ્રને જાપાન બોલાવી લીધા. એ જ દિવસોમાં જાપાની સેનાઓએ દક્ષિણ-પૂર્વી એશિયાથી અંગ્રેજોને ખદેડીને ભગાવી દીધા. અંગ્રેજી સેનાઓના અંગ્રેજ ઑફિસર પોતાની સેનાઓમાં સામેલ ભારતીય ઑફિસરો અને સૈનિકોને વિજેતા જાપાનીઓની દયા પર છોડીને ઇંગ્લેન્ડ ભાગી ગયા.

સુભાષચંદ્ર બોસે આ અસહાય ભારતીય સૈનિકો અને ઑફિસરોને એકઠા કર્યા અને આઝાદ હિન્દ સેનાના નામથી એક નવી સેનાનું ગઠન કર્યું. નેતાજી સુભાષચંદ્ર બોસે ગાંધીજીના આદર્શોનું સન્માન કરતા, એમના નેતૃત્વમાં પોતાની પૂર્ણ આસ્થા પ્રગટ કરી અને અંગ્રેજો વિરુદ્ધ યુદ્ધની ઘોષણા કરી દીધી. આ સેના દક્ષિણ-પૂર્વી એશિયાના દેશો પર અધિકાર કરીને ભારતમાં ઇમ્ફાલ અને કોહિમા સુધી પહોંચી ગઈ પરંતુ ત્યારે જ યૂરોપના મોરચાઓ પર જર્મન સેનાઓની પરાજયના શ્રીગણેશ થઈગયા. જાપાને આઝાદ હિન્દ સેનાને મદદ કરવાની બંધ કરી દીધી અને એમની સેનાઓ પણ પાછળ હટવા લાગી. અંતમાં મિશ્ર રાષ્ટ્રોની સેનાઓએ એક વખત ફરી દક્ષિણ-પૂર્વી એશિયાના દેશો પર અધિકાર કરી લીધો. નેતાજી સુભાષચંદ્ર જાપાન ચાલ્યા ગયા અને આઝાદ હિન્દ સેનાના ઑફિસરો તથા જવાનોની ધરપકડ કરી લેવામાં આવી.

આઝાદ હિન્દ સેનાના ત્રણ સર્વોચ્ચ અને મુખ્ય અધિકારીઓ (મેજર જનરલ શાહનવાજ ઢિલ્લો અને સહગલ) પર દિલ્લીના લાલ કિલ્લામાં કેસ ચલાવ્યો. આ કેસની પેરવી કરવાવાળા વકીલોમાં પંડિત જવાહરલાલ નેહરુ, મિસ્ટર આસફ અલી અને ગુલામભાઈ દેસાઈ જેવા ભારતના ચોટીના વકીલ સામેલ હતા. આઝાદ હિન્દ સેનાના આ ત્રણેય ઑફિસરોને બ્રિટિશ સેના ન્યાયાલય મૃત્યુદંડની સજા સંભળાવી ચુકી હતી પરંતુ ભારતીય જનતાના પ્રચંડ વિરોધને કારણે સરકારે એ ત્રણેય અભિયુક્તોને મુક્ત કરવા પડ્યા. આઝાદ હિન્દ સેનાના ઑફિસરો પર ચલાવવામાં આવેલા આ કેસે આખા દેશને એક વખત ફરી એવા ૧૪ સૂત્રોમાં સંગઠિત કરી દીધા કે બ્રિટિશ સરકાર ધ્રૂજી ઉઠી અને એમને એ વિચારવા પર વિવશ કરી દીધા કે બ્રિટિશ સામ્રાજ્યને ભારતમાં હવે વધારે દિવસ સુધી ટકી શકવું અશક્ય છે કેમ કે એ જ દિવસોમાં રાયલ ઇન્ડિયન નેવીના ભારતીય ઑફિસરો અને જવાનોએ વિદ્રોહ કરી દીધો. બ્રિટિશ શાસક સમજી ગયા કે એમની સેનાના ભારતીય ઑફિસરો અને જવાનોના હૃદયમાં પોતાની જનની જન્મભૂમિ માટે અપાર શ્રદ્ધા-ભક્તિ જાગી ઉઠી છે. સમય પડવા પર તેઓ અંગ્રેજ ઑફિસરોનો સાથ નહીં આપે.

એ જ વર્ષે બ્રિટનની પાર્લામેન્ટની ચૂંટણી થઈ. આ ચૂંટણીમાં સર વિન્સટન ચર્ચિલની કંઝરવેટિવ પાર્ટીની કરારી હાર થઈ અને બ્રિટનનું શાસન લેબર પાર્ટીના હાથોમાં આવી ગયું. લેબર પાર્ટી વર્ષોથી ભારતના અધિકારો અને માંગોનું સમર્થન કરતી આવી હતી અને એણે સત્તા સંભાળતા જ ભારત પ્રત્યે સહાનુભૂતિપૂર્ણ વર્તન અપનાવ્યું. લેબર પાર્ટીની સરકારના નવ નિર્વાચિત પ્રધાનમંત્રી ક્લેમેન્ટ એટલીએ ભારતની પ્રાન્તીય એસેમ્બલીઓની ચૂંટણીની ઘોષણા કરી દીધી.

આ ચૂંટણીમાં પાકિસ્તાનને મુખ્ય આધાર બનાવીને મુસ્લિમ લીગે પણ ભાગ લીધો. પહેલાંની જેમ આ વખતે પણ મુસ્લિમ લીગને પરાજયનું મ્હોં જોવું પડ્યું. ફક્ત પંજાબ અને બંગાળમાં જ એને બહુમત પ્રાપ્ત થઈ શક્યા. બાકી બધા પ્રાન્તોમાં કૉંગ્રેસ વિજયી થઈ.

પ્રધાનમંત્રી એટલીએ ભારતની આ રાજનૈતિક સ્થિતિને જોઈને પોતાના મંત્રીમંઢલના ત્રણ સદસ્ય બ્રિટનના ભારતીય મામલાતના મંત્રી લૉર્ડ પેથિક લૉરેન્સ, સર સ્ટેફર્ડ ક્રિપ્સ અને એ.બી. એલેક્ઝેન્ડરને ભારત મોકલ્યા જેથી તેઓ ભારતીય નેતાઓથી મળીને ભારતની સ્વતંત્રતાના સંબંધમાં વાતચીત કરી, જેનાથી સ્વતંત્રતાના કોઈ નિર્ણય પર પહોંચી શકાય. પરંતુ મિસ્ટર જિન્નાએ આ કેબિનેટ મિશનના પ્રસ્તાવને પણ ઠુકરાવી દીધો કેમ કે કેબિનેટ મિશને સંપૂર્ણ ભારત માટે એક સંઘની સ્થાપના અને સંઘીય શાસનની વ્યવસ્થાની ઘોષણા કરી હતી. આ ઘોષણામાં પાકિસ્તાનનું ક્યાંય નામ સુધી ન હતું.

કેબિનેટ મિશનની અસફળતા પછી પ્રધાનમંત્રી ક્લેમેન્ટ એટલીએ કૉંગ્રેસના સહયોગથી અંતરિમ સરકારની સ્થાપનાની ઘોષણા કરી દીધી. આ અંતરિમ સરકારમાં પંડિત જવાહરલાલ નેહરૂને પ્રધાનમંત્રી બનાવવામાં આવ્યા. એમના મંત્રિમંડળમાં સરદાર વલ્લભભાઈ પટેલ, ડૉક્ટર રાજેન્દ્ર પ્રસાદ, શ્રી આસફ અલી, બાબૂ જગજીવનરામ, સર શફાત અહેમદ ખાં, સૈયદ અલી જહીર, ડૉક્ટર જૉન અથાઈ, સરદાર બલદેવસિંહ અને શ્રી સી.એચ. ભામા વગેરે વિભિન્ન દળો અને સંસ્થાઓના પ્રતિનિધિ સામેલ થયા.

પરંતુ આ અંતરિમ સરકારની સ્થાપનાનું પરિણામ ખૂબ જ ભયંકર નિકળ્યું. આ સરકારમાં મુસ્લિમ લીગે કોઈ સહયોગ આપ્યો ન હતો આથી એણે એને હિન્દૂ સરકાર કહીને ખુલ્લેઆમ વિરોધ કરવાનું આરંભ કરી દીધું. ડાયરેક્ટ એક્શન માટે ૧૬ ઓગસ્ટ, ૧૯૪૬નો દિવસ નિશ્ચિત કરવામાં આવ્યો અને બંગાળની રાજધાની કલકત્તામાં, જ્યાં મુસ્લિમ લીગની સરકાર હતી, હજારો હિન્દુઓને મોતને ઘાટ ઉતારવા અને હજારો લોકોને ઘાયલ કર્યા પછી આખા બંગાળમાં હિન્દુઓની કત્લેઆમ શરૂ કરી દીધી. વિશેષ રૂપથી પૂર્વી બંગાળના નૌઆખાલી જિલ્લામાં હજારો હિન્દૂ પુરુષોને મોતને ઘાટ ઉતાર્યા પછી એમના પરિવારની સ્ત્રીઓને મુસલમાન બનાવી લેવામાં આવી. મુંબઈ વગેરે અન્ય શહેરોમાં પણ ભીષણ સાંપ્રદાયિક દંગાઓ શરૂ થઈ ગયા. નૌઆખલીનો બદલો લેવા માટે બિહારમાં હજારો મુસલમાનોને મારી નાંખવામાં આવ્યા. આખા દેશમાં સામ્પ્રદાયિક દંગાઓની આગ ઝડપથી ફેલાતી ચાલી ગઈ.

નૌઆખલીના નરસંહારથી ગાંધીજીને ખૂબ દુઃખ થયું. તેઓ પોતાના કેટલાક સાથીઓની સાથે નૌઆખાલીની તરફ પગપાળા ચાલી નિકળ્યા. એમણે પૂરા જિલ્લાની પગપાળા યાત્રા કરી તથા દુઃખી અને પીડિત સ્ત્રીઓને આશ્વાસન આપ્યું.

જે સમયે તે નૌઆખાલી જઈ રહ્યાં હતા, લોકોએ એમને સજાવવા અને રોકવાનો ખૂબ પ્રયત્ન કર્યો. એમને ભય હતો કે સાંપ્રદાયિકતાના ઉન્માદથી ગ્રસ્ત કોઈ પણ મુસલમાન એમને અને એમના સાથીઓને મારી નાંખશે પરંતુ ગાંધીજીએ આ ભય તથા આશંકાની રત્તીભર પણ પરવા ના કરી. એમણે કહ્યું - *"જો મારા મૃત્યુથી સામ્પ્રદાયિકતાની આગ ઓલવાઈ જાય, તો મારા માટે એનાથી વધીને સુખની વાત બીજી શું હોઈ શકે છે."*

મુસ્લિમ લીગે હજારો નિર્દોષ વ્યક્તિઓનું લોહી વહાવ્યા પછી પણ જ્યારે પોતાના ઉદ્દેશ્યથી રત્તીભરની સફળતા ના મળી તો મિસ્ટર જિન્નાએ ઘુંટણ ટેકવી દીદા અને મુસ્લિમ લીગને પણ અંતરિમ સરકારમાં સામેલ કરી દીધી અને ૧૫ ઑક્ટોબર, ૧૯૪૬એ મુસ્લિમ લીગના રાજા ગજનફર અલી ખાં અને સર

ફીરોઝ ખાતૂને જેવા કેટલાક સદસ્ય મંત્રીમંઢલમાં સામેલ થઈ ગયા પરંતુ એના પછી પણ સાંપ્રદાયિકતાની આગ પૂરી રીતે ના ઓલવાઈ શકી. પંજાબ અને બંગાળમાં સાપ્રદાયિકતાની ધધકતી આગને એ લોકોએ વધારે ભડકાવી દીધી. સરદાર વલ્લભભાઈ પટેલ અંતિરમ સરકારમાં ગૃહમંત્રી હતા. એમણે સ્પષ્ટ શબ્દોમાં કહ્યું - *"સામ્પદાયિકતાની આ આગ વાઈસરોય લૉર્ડ વેવલ અને મુસ્લિમ લીગની ગુટબંધી અને ષડ્યંત્રોનું પરિણામ છે. એ લોકો કૉંગ્રેસને બદનામ કરીને એમના હાથોથી શાસન છીનવી લેવા ઈચ્છે છે."*

લૉર્ડ વેવલની ચાલો અને સંપૂર્ણ દેશમાં ફેલાયેલી સાંપ્રદાયિકતાના ઝેરથી દેશનું વાતાવરણ અશાન્ત અને ક્ષુબ્ધ થઈ ગયું હતું. વિશ્વના અન્ય રાષ્ટ્ર પણ અંગ્રેજોની આ ચાલબાજીને ઓળખી ગયા હતા. એમ તો ઈંગ્લેન્ડની પાર્લામેન્ટ ભારતને સંઘીય શાસનના અધિકાર આપવાના પક્ષમાં હતી પરંતુ લૉર્ડ વેવલ અંગ્રેજોની આ જૂની પરંપરાની પક્ષપાતી હતા, જેના અનુસાર એમણે ત્રણ સો વર્ષ સુધી ભારતને ગુલામ બનાવી રાખ્યું હતું.

માર્ચ, ૧૯૪૭માં લૉર્ડ વેવલના સ્થાન પર લૉર્ડ માઉન્ટ બેટેનને વાઈસરોય બનાવીને ભારત મોકલવામાં આવ્યા. લૉર્ડ માઉન્ટ બેટેન ભારતને સ્વાધીનતા આપવાના પક્ષમાં હતા. પંડિત જવાહરલાલ નેહરૂની સાથે એમની ઉંડી મિત્રતા થઈ ગઈ હતી. લૉર્ડ માઉન્ટ બેટેને પ્રધાનમંત્રી મિસ્ટર એટલીથી વિચાર-વિમર્ખ કર્યા પછઈ એક યોજના બનાવી, જેને માઉન્ટ બેટન પ્લાનના નામથી ઓળખવામાં આવે છે. આ યોજના અનુસાર બંગાળ, પંજાબ, આસામનો સિલહટ જિલ્લો, સિન્ધ અને પશ્ચિમોત્તર સીમાન્ત પ્રદેશને મુસ્લિમ લીગને આપવાની સિફારીશ કરવામાં આવી હતી. પરંતુ કૉંગ્રેસ અખંડ ભારતના પક્ષમાં હતી. કૉંગ્રેસના આંદોલનોમાં ભારતના પ્રત્યેગ નગર અને ગામે ભાગ લીધો હતો. એણે આખા દેશને એક સૂત્રમાં બાંધવા, સામ્પ્રદાયિકતાને સમાપ્ત કરવા અને પ્રાન્તીયતાની ભાવનાને દૂર કરવા માટે સતત સંઘર્ષ કર્યો હતો. આથી ગાંધીજી અને કૉંગ્રેસના ન્ય બધા વરિષ્ઠ નેતાઓએ આ યોજનાનો વિરોધ કર્યો.

કૉંગ્રેસનો વિરોધ જેમ-જેમ વધતો ગયો, દેશમાં સાપ્રદાયકિતાનું ઝેર વધતું ગયું. એવું મહેસૂસ થવા લાગ્યું જાણે આખુ ભારત સામ્પ્રદાયકિતાની આ આગમાં બળીને રાખ થઈ જશે. વિવશ થઈને કૉંગ્રેસે માઉન્ટ બેટેન યોજનાને સ્વીકારી લીધી.

સન્ ૧૯૪૭, ૪ જુલાઈએ બ્રિટિશ પાર્લામેન્ટમાં ભારતીય સ્વાધીનતા વિધેયક પાસ કરવામાં આવ્યું અને ૧૮ જુલાઈએ પાર્લામેન્ટે એને સ્વીકાર કરી લીધો. એના પછી ૧૫ ઓગસ્ટ, ૧૯૪૭એ ભારતીય સ્વાધીનતા અધઈનિયમને લાગૂ કરવાની તિથિ નિશ્ચિત કરી દીધી.

મુસ્લિમ લીગ ઇચ્છતી હતી કે પૂરું બંગાળ અને પંજાબ એને મળે પરંતુ બંગાળના પશ્ચિમી ભાગ અને પંજાબના પૂર્વી ભાગમાં મુસ્લમાનોની સંખ્યા ખૂબ જ ઓછી હતી. આથી લૉર્ડ માઉન્ટ બેટેને પંજાબ અને બંગાળા એ જ જિલ્લાઓને પાકિસ્તાનમાં સામેલ કર્યું, જેમાં મુસલમાનોની સંખ્યા વધારે હતી. આથી બંગાળ અને પંજાબને બે ભાગોમાં વિભાજિત કરી દેવામાં આવ્યું.

સન્ ૧૯૪૭, ૨ જૂને લૉર્ડ માઉન્ટ બેટેને કૉંગ્રેસ અને મુસ્લીમ લીગના નેતાઓથી મુલાકાત કરીને ૩ જૂને દેશને વિભાજન અને બે સરકારોની સ્થાપનાની ઘોષણા કરી દીધી. કૉંગ્રેસ વર્કિંગ કમિટીએ પણ એક પ્રસ્તાવ દ્વારા દેશ-વિભાજનની આ ઘોષણાને સ્વીકાર કરી લીધી. એના પછી ૧૪-૧૫ જૂને દિલ્લીમાં અખિલ ભારતીય કૉંગ્રેસની વર્કિંગ કમિટીની આ સંબંધમાં અંતિમ બેઠક થઈ. આ બેઠકમાં ૨૧૮ સદસ્ય ઉપસ્થિત હતા, જેમાંથી ૧૫૭એ પ્રસ્તાવના સમર્થનમાં અને ૨૯ સદસ્યોએ વિરોધમાં મત આપ્યો, ૩૨ તટસ્થ રહ્યાં. આ પ્રસ્તાવનો ગાંધીજીએ જોરદાર વિરોધ કરતા કહ્યું કે, ''જો પાકિસ્તાન બનશે તો મારી લાશ પર બનશે.'' પુરુષોત્તમદાસ ટંડન પણ વિરોધ કરવાવાળાઓમાંથી એક હતા અને તટસ્થ રહેવાવાળાઓમાં જયપ્રકાશ નારાયણ મુખ્ય હતા. પરંતુ કૉંગ્રેસ વર્કિંગ કિમટીએ બહુમથી આ પ્રસ્તાવ પર સ્વીકૃતીની મહોર લગાવી દીધી.

રાજનીતિના જાણકારોની સલાહ છે કે ભારત-વિભાજનમાં સૌથી મહત્ત્વપૂર્ણ ભૂમિકા વિન્સ્ટન ચર્ચિલે નિભાવીહતી. તે ભારતની સ્વાધીનતાના સૌથી મોટા વિરોધી હતા. એમના મનમાં ભારત અને ભારતવાસીઓ પ્રત્યે અસીમ ઘૃણા હતી. યુદ્ધ દરમિયાન ભારતવાસીઓએ બ્રિટન પ્રત્યે જે વર્તન અપનાવ્યું હતું, એનાથી તે જાણી ગયા હતા કે હવે વધારે સમય સુધી ભારતને ગુલામ બનાવી રાખવું અશક્ય છે. આથી એમણે મનમાં ને મનમાં નિશ્ચય કરી લીધો હતો કે યુદ્ધ સમાપ્ત થઈ ગયા પછી ભારત ભારતવાસીઓને સોંપી દેશે. પરંતુ એ રીતે સોંપશે કે ભારતવાસીઓને નિરંતર પરેશાન કરતાં રહેવાની તક એમને મળતી રહે. એ જ વિચારીને એમણે મિસ્ટર જિન્નાની પીઠ થબથબાવી. એમને વિશ્વાસ હતો કે પાકિસ્તાનના માધ્યમથી ઇંગ્લેન્ડ આ ઉપમહાદ્વીપમાં જમા રહેશે.

સર વિન્સ્ટન ચર્ચિલનું ભારતમાં સતત અશાંતિ અને અરાજકતા ફેલાવી રાખવાનું સપનું પૂરું ના થઈ શક્યું. પાકિસ્તાનની સ્થાપના કેટલાક દિવસો પછી જ કાયદા આજમ મોહમ્મદ અલી જિન્ના આ દુનિયાથી ચાલ્યા ગયા અને એના પછી પાકિસ્તાન આર્થિક તેમજ સૈનિક સહાયતાના નામ પર અમેરીકી શકંજામાં જકડતું ચાલ્યું ગયું.

ઈંગ્લેન્ડના પ્રધાનમંત્રી મિસ્ટર એટલી અને એમની વર્કિંગ પાર્ટીના એમના સદસ્ય માઉન્ટ બેટેન પ્લાનથી સંમત ન હતા. તેઓ ભારતનું વિભાજન ઇચ્છતા ન હતા. એમણે સંયુક્ત ભારતને સત્તા સોંપવાનો પ્રામાણિક્તાથી પ્રયત્ન કર્યો હતો. પરંતુ નિયતિને કોણ ટાળી શકતું હતું. અંતિમ સમયમાં માઉન્ટ બેટન પ્લાન ઈંગ્લેન્ડની પાર્લામેન્ટમાં બહુમતથી સ્વીકાર કરી લેવાયો હતો.

અંતમાં ભારતનું વિભાજન થઈ ગયું. પંડિત જવાહરલાલ નેહરૂએ ૩૧ ડિસેમ્બર, ૧૯૨૯એ જે રાવીના કિનારે લાહોરની નજીક ભારતની સ્વતંત્રતાનો સંકલ્પ લીધો હતો, એ જ રાવીના કિનારે ૧૪ ઓગસ્ટ, ૧૯૪૭એ વિભાજિત ભારતના અંક અંગમાં, જે અંગ્રેજોની કૂટનીતિનું પ્રમુખ અંગ હતું, પાકિસ્તાનના ચાંત-સિતારાવાળો લીલો ઝંડો લહેરાઈ ઉઠ્યો અને ૧૫ ઓગસ્ટના બીજા દિવસે પંડિત જવાહરલાલ નેહરૂએ સ્વતંત્ર ભારતના પ્રથમ પ્રધાનમંત્રીની હેસિયતથી દિલ્લીના લાલ કિલ્લા પર ત્રિરંગો ફરકાવ્યો.

એ દિવસે સજેલી-ધજેલી દિલ્લી કોઈ નવી નવેલી દુલ્હન જેવી દેખાઈ રહી હતી. લાગતું હતું જાણે આધઆ દેશમાં દીવાળી મનાવવામાં આવી રહી હોય. ખાસ કરીને દિલ્લી રંગ-બિરંગી રોશનીઓથી જગમગાઈ ઉઠી. દિલ્લીના રસ્તાઓ અને ગલીઓ-વિસ્તારોમાં આઝાદીના ઉત્સવ ખૂબ જ ધૂમધામથી મનાવવામાં આવી રહ્યાં હતા. પરંતુ એ દિવસે ગાંધીજી દિલ્લીમાં ન હતા. સદીઓ પછી પ્રાપ્ત સ્વાધીનતાના હર્ષ-ઉલ્લાસમાં લોકો જાણે મહાત્માને ભૂલી જ ગયા હતા, જેમના નિરંતર સંઘર્ષોથી જ એમને સ્વાધીનતા પ્રાપ્ત થઈ હતી. રાષ્ટ્રપિતા બાપૂ એ સમયે કલકત્તાની એક ઉજ્જડ વસ્તીમાં હતા, જ્યાં થોડા દિવસ પહેલાં જ સાપ્રદાયિક્તાના રાક્ષસે અનેક લોકોને મોતને ઘાટ ઉતારી દીધા હતા. અનેક સ્ત્રીઓની માંગમાં સિન્દૂરના સ્થાને લોહી ભરી દેવાયું હતું. સન્ ૧૯૪૭, ૧૫ ઓગસ્ટે આખા દેશમાં લોકો આઝાદીની ખુશીઓમાં મિઠાઈઓ વહેંચી રહ્યા હતા, ખાઈ રહ્યા હતા, સ્વતંત્રતા યુદ્ધના એ સેનાનીએ સ્વયંને પરાજિત અનુભવ કરીને મૌન અને ઉપવાસ વ્રત રાખ્યા.

'માઉન્ટબેટન પ્લાન'ને સ્વીકાર કરતાં સમયે કૉંગ્રેસ અને મુસ્લિમ લીગના પ્રતિનિધિઓ અને ખુદ વાઈસરૉય લૉર્ડ માઉન્ટ બેટનનો વિચાર હતો કે ભારતનું વિભાજન થઈ જગયા પછી આબાદીની ઘણી સરળતાથી અદલા-બદલી થઈ જશે. જે મુસલમાન પાકિસ્તાનમાં જવા ઇચ્છશે તે ખૂબ જ સરળતાથી રાજી-ખુશી પોતાના પરિવાર અને ચર-સંપત્તિની સાથે પાકિસ્તાન ચાલ્યા જશે અને જે હિન્દૂ પાકિસ્તાની પ્રદેશોથી ભારતમાં આવવા ઈચ્છશે તે પણ સકુશળ અને સરળતાથી પોતાની જમીન-જાયદાદ યોગ્ય કિંમતો પર વેચીને ભારત આવી શકશે. પરંતુ

એ લોકોનું અનુમાન ખોટું સાબિત થયું. ભારતમાં અંગ્રેજી શાસનની સ્થાપના પછી ભારતના મુસલમાનોની આર્થિક સ્થિતિ એવી રહી ન હતી, જેવી મોગલોના શાસનકાળમાં હતી. ધાર્મિક શિક્ષા સિવાય એમણે એ શિક્ષાની તરફ વિશેષ ધ્યાન ન આપ્યું હતું, જે એમને નોકરી અપાવવામાં સહાયક સાબિત થઈ શકતી. દેશની મુસ્લિમ જનતાનો મોટાભાગનો ભાગ હાથની દસ્તકારીઓ, ઘરેલૂ ઉદ્યોગો-ધંધાઓ અને મહેનત-મજૂરી કરીને પોતાનું જીવન યાપન કરતી હતી. એની પાસે ચલ-અચલ સંપત્તિ પણ ન હતી. પરંતુ પંજાબ, સિન્ધ, પશ્ચિમોત્તર પ્રદેશ અને પૂર્વી બંગાળમાં રહેવાવાળા આર્થિક રૂપથી અત્યાધિક ધન-સંપન્ન હતા. એમનામાં મોટા-મોટા જમીનદાર, વેપારી અને કારખાનાઓના માલિક પણ હતા. હિન્દુઓની આ આર્થિક સંપન્નતા જ ૧૯૪૭ના કત્લેઆમ અને લૂંટમારનું મુખ્ય કારણ હતું.

જ્યારે પાકિસ્તાની પ્રદેશોથી હિન્દૂ ભારત આવવા લાગ્યા, તો ત્યાં રહેવાવાળા મુસલમાન પડોશીઓને તો આંખમાં આંસૂ ભરીને એમને રોકવાનો પ્રયત્ન કર્યો અથવા પછી મજબૂર થઈને એમને વિદાય આપી. પરંતુ ભારતથી ગયેલા એ મુસલમાનોને લૂંટવા-મારવાનું શરૂ કી દીધું જે પોતાના પરિવારની સાથે ખાલી હાથે પાકિસ્તાન પહોંચ્યા હતા. પછી આ લૂંટમાર ક્યારે ધાર્મિક પાગલપણામાં બદલાઈ ગઈ, કોઈ નથી જાણતું. હિન્દુઓની અપેક્ષાએ ભારતીય મુસલમાનોમાં ધાર્મિક કટ્ટરતા આરંભથી જ વધારે હતી, આથી પાકિસ્તાનમાં સ્થઆયી રૂપથી રહેવાવાળા મુસલમાન પણ આ લૂંટમાર, હિન્દુઓની હત્યા અને હિન્દુ સ્ત્રીઓના અપહરણમાં સામેલ થઈ ગયા. પાકિસ્તાની પ્રદેશોમાં હિન્દુઓની સાથે મુસલમાનોએ જે બર્બરતાપૂર્ણ વ્યવહાર કર્યો, એને યાદ કરીને માણસાઈની ગરદન શરમથી ઝૂકી જાય છે.

મનુષ્ય કોઈ પણ ધર્મને માનવાવાળો કેમ ન હોય, ભલે જ એમાં સાંપ્રદાયિક કટ્ટરતા કે ધર્માન્ધતા ન હોય પરંતુ એનામાં પ્રતિહિંસા અને પ્રતિશોધની ભાવના અવશ્ય હોય છે. હવે પાકિસ્તાની પ્રદેશોમાં હિન્દુઓનું કત્લેઆમ શરૂ થઈ ગયું, તો ભારતમાં પણ કેટલાક હિન્દુઓએ મુસલમાનોની સાથે ઠીક એવો જ વ્યવહાર કરવાનો આરંભ કરી દીધો, જેવો પાકિસ્તાની પ્રદેશોમાં હિન્દુઓની સાથે કરવામાં આવી રહ્યો હતો. પરંતુ ભારત અને પાકિસ્તાનની સરકારોમાં એક મૂળભૂત અંતર હતું. પાકિસ્તાનની પ્રતિનિધિ સરકાર જાણતી હતી કે એનો આધાર ધાર્મિક છે જ્યારે ભારત સરકારનો મૂળ આધાર ધર્મ નિરપેક્ષતા હતો. આથી ભારત સરકારે તત્કાળ સખત પગલાં ઉઠાવ્યા અને ભારતમાં ભડકેલા દંગાઓ અને ખૂન-ખરાબીની આગ પર સરળતાથી કાબૂ મેળવી લેવામાં આવ્યો. પરંતુ

બીજી તરફ પાકિસ્તાની સેના તથા પોલિસના જવાનોએ હિન્દુઓની હત્યા કરવા અને એમને લૂંટવાવાળાઓની ભરપૂર મદદ કરી.

નરસંહારની આ ઘટનાઓને સાંભળીને મહાત્મા ગાંધીના સર્વ-ધર્મ સમભાવ, અહિંસા અને શાંતિ તથા ભાઈચારાની ભાવનાઓને કેટલો આઘાત પહોંચ્યો હશે, વાચક ખુદ એનું અનુમાન લગાવી શકે છે. આ નરસંહારમાં લગભગ પાંચ લોકોને મારી નાંખવામાં આવ્યા. લગભગ એક કરોડ લોકોને પોતાનું પૈતૃક ઘર-બાર છોડીને અજાણ્યા સ્થાન પર વસવું પડ્યું. કરોડોની સંપત્તિ નષ્ટ થઈ અને વિશેષ રૂપથી ભારતની નવોદિત સરકાર પર લાખો શરણાર્થીઓના આવાસ, ભોજન-વ્યવસ્થા, રોજગાર વગેરે સમસ્યાઓનો એક વિશાળ ભાર આવી પડ્યો. સંસારના ઈતિહાસમાં એના સિવાય ક્યાંય કોઈ એવું ઉદાહરણ નથી મળતું, જેમાં આટલી સંખ્યામાં અસહાય, નિરાશ્રિત અને ભયગ્રસ્ત લોકોને પોતાના અને પોતાના પરિવારના ખૂન અને આગના દરિયાની વચ્ચેથી નિકળીને દૂર ક્યાંક અજાણ્યા સ્થાનો પર જવું પડ્યું હોય. ધાર્મિક ઉન્માદથી ઉપજેલી આ એક એવી બ્રબર ઘટના છે, જેને કોઈ યાદ રાખવા નહીં ઈચ્છે. આ તમામ દુઃખદ ઘટનાઓને સાંભળીને ગાંધીજીની આત્મા તડપી ઉઠી. તેઓ વિચારવા પર મજબૂર થઈ ગયા કે *"શું એમણે આ જ આઝાદી માટે પોતાના જીવનના આટલા અમૂલ્ય વર્ષ નષ્ટ કર્યા હતા? શું આ જ આઝાદી માટે દેશના અનેક સપૂતોએ હસતા-હસતા ફાંસીના ફંદાઓને પસંદ કર્યા હતા? શું આ જ આઝાદી માટે લાખો લોકોએ પોતાનું જીવન જેલોમાં નષ્ટ કર્યું હતું? શું આ જ આઝાદી માટે દેશવાસીઓએ અત્યાચારી અંગ્રેજ સરકારની લાકડીઓ-ગોળીઓ સહન કરી હતી?*

ગાંધીજીએ આ દુઃખદ ઘટનાઓને રોકવા માટે પોતાના પ્રાણ દાવ પર લગાવી દીધા. સાંપ્રદાયિક સફળતા માટે એમણે આમરણ ઉપવાસની ઘોષણા કરી દીધી અને ૧૩ જાન્યુઆરી, ૧૯૪૮એ સવારે અગિયાર વાગ્યાથી ઉપવાસ આરંભ કરી દીધા. ગાંધીજીના આ આમરણ ઉપવાસથી આખા દેશમાં ખલબલી મચી ગઈ. જે લોકોની એ ધારણા હતી કે ભારતના વિભાજનમાં ગાંધીજીનો પ્રમુખ હાથ રહ્યો હતો, એમને પણ એ જાણ થઈ ગઈ કે તે આ વિભાજનના કેટલા વિરોધી હતા. દિલ્લીમાં વિભિન્ન ધર્મોના લોકોનું એક વિશાળ સંમેલન થયું. એમણે પ્રતિજ્ઞા લીધી કે તેઓ સાંપ્રદાયિકતાની આ આગને શાંત કરવા માટે પોતાના પ્રાણોની બાજી લગાવી દેશે અને આ આગ ઓલવીને જ શ્વાસ લેશે. બધા લોકોએ પોતાના આ સંકલ્પની સૂચના ગાંધીજી સુધી પહોંચાડવાની જવાબદારી મૌલાના અબુલ કલામ આઝાદને સોંપી.

દેશના વિભિન્ન નગરોમાં સાંપ્રદાયિકતાની વિરુદ્ધ આ જ પ્રકારની સભાઓ

આયોજિત કરવામાં આવી, જેનો દેશના વિક્ષુબ્ધ વાતાવરણ પર્યાપ્ત પ્રભાવ પડ્યો. ભારતમાં જ્યાં-ત્યાં થવાવાળી માર-કાપની ઘટનાઓ બંધ થઈ ગઈ.

મૌલાના આઝાદે ગાંધીજીને બધી સ્થિતિ બતાવીને એમનાથી પ્રાર્થના કરી કે એમના ઉપવાસનો ઉદ્દેશ્ય પૂરો થઈ ગયો છે, આથી તે પોતાના ઉપવાસ સમાપ્ત કરી દે. જાન્યુઆરી ૧૨, બપોરે ૧૨-૪૫ કલાકે ગાંધીજીએ મૌલાના આઝાદના હાથોથી મોસંબીનો થોડો જ્યૂસ પીને ઉપવાસ સમાપ્ત કરી દીધા.

પરંતુ પાકિસ્તાનના પ્રાન્તોમાં હિન્દુઓની સાથે જે કંઈ થઈ ચુક્યું હતું, એને ભારતના કેટલાક ધર્માન્ધ હિન્દુ ભુલાવી ના શક્યા. તેઓ આ ભીષણ નરસંહાર અને નાણાંકીય સમાધાન અનુસાર પંચાવન કરોડ રૂપિયાની રકમ પાકિસ્તાનને આપવાના જવાબદાર ગાંધીજીને જ માનતા હતા. એ લોકોને ભય હતો કે, જો ગાંધીજી વધારે દિવસ સુધી જીવિત રહ્યાં તો એક દિવસ આખો દેશ પાકિસ્તાનના હવાલે કરી દેશે. આથી એમણે ગાંધીજીને મારી નાખવાની યોજના બનાવી દીધી.

એ દિવસોમાં ગાંધીજી નવી દિલ્લી બિરલા ભવનમાં રોકાયા હતા. એમની વિશેષતા હતી કે તે કોઈ પણ સ્થિતિમાં પોતાની પ્રાર્થના સભામાં વ્યવધાન પડવા દેતા ન હતા. અસ્વસ્થ હોવા છતાં પણ તે પ્રાર્થના સભામાં સામેલ થતા. ૨૦ જાન્યુઆરીની સાંજે પ્રાર્થના સભામાં મદનલાલ નામના એક યુવકે એક બૉમ્બ ફેંકીને ગાંધીજીને મારી નાખવાનો પ્રયત્ન કર્યો. પરંતુ બૉમ્બ એમના સુધી પહોંચી શક્યો. બૉમ્બ ફાટ્યો, પરંતુ એનાથી કોઈ જાનહાનિ ના થઈ.

તત્કાલીન ગૃહમંત્રી સરદાર પટેલને આભાસ થઈ ગયો હતો અને કેટલાક ગુપ્તચરોએ એમને સૂચના પણ આપી હતી કે ગાંધીજીના જીવને જોખમ છે. સરદાર પટેલે ગાંધીજીને ખૂબ સમજાવવાનો પ્રયત્ન કર્યો કે જ્યાં સુધી દેશનું વાતાવરણ પરિવર્તિત ન થઈ જાય, તે સાર્વજનિક રૂપથી પ્રાર્થના-સભામાં જવાનું બંધ કરી દે. પરંતુ ગાંધીજીએ ખૂબ દઢતાથી સરદાર પટેલની સલાહને ઠુકરાવી દીધી. આ જોઈને સરદાર પટેલે એમનાથી આગ્રહ કર્યો કે તેઓ એમને સશસ્ત્ર સૈનિકોના પહેરાની વ્યવસ્થા કરવાની અનુમતિ આપી દે. પરંતુ બાપૂએ એમની આ વાતને માનવાથી પણ ઇન્કાર કરી દીધો.

એ દિવસે શુક્રવાર હતો. તારીખ હતી સન્ ૧૯૪૮ની 30 જાન્યુઆરી. પ્રતિદિવસની જેમ પ્રાર્થના સભામાં ભાગ લેવાવાળા બિરલા ભવનના લૉનમાં પહોંચી ચુક્યા હતા. એમની આંખો એ દરવાજા પર લાગેલી હતી, જેમાંથી નિકળીને ગાંધીજી પ્રાર્થના સભામાં આવ્યા કરતા હતા. પાંચ વાગીને પચ્ચીસ મિનિટ થઈ ચુકી હતી. આથી લોકોની અધીરતા વધતી જઈ રહી હતી, કેમ કે ગાંધીજી સમયના અત્યંત પાબંદ હતા. ત્યારે જ લોકોએ એમને એમની બે

પૌત્રીઓના ખભાઓ પરહાથ રાખીને દરવાજાથી નિકળીને પ્રાર્થના સભા તરફ આવતા જોયા. લોકોએ સંતોષનો શ્વાસ લીધો. એકાએક ત્યારે જ એક માણસ ઉઠીને ગાંધીજીની સામે ઊભો થઈ ગયો. લોકોએ સમજ્યું કદાચ ગાંધીજીના ચરણ સ્પર્શ કરવા ઇચ્છે છે. એ યુવકે બંને હાથ જોડીને બાપૂને પ્રણામ કર્યા અને પછી ખૂબ જ ફુર્તીથી રિવૉલ્વર કાઢીને એમની છાતીને નિશાન બનાવી ટ્રિગર દબાવી દીધું. ધાંય-ધાંય-ધાંય ત્રણ ગોળીઓ રિવૉલ્વરથી નિકળી અને બાપૂની છાતીથી ટકરાઈ. બાપૂએ આંખો બંધ કરી લીધી. હાથ જોડ્યાં અને પછી એમના હોઠોથી નિકળ્યું 'હે રામ' અને પછી ત્યાં જ પડી ગયા. એમની બંધ પલકો ફરી ના ખુલી. તે હંમેશાં માટે બંધ થઈ ચુકી હતી.

બાપૂના પ્રાણહીન ચહેરા પર અપૂર્ણ શાંતિમયી આભા જગમગાઈ રહી હતી. જાણે ગોળીઓ લાગવા પર એમને રત્તીભર પણ પીડા ના થઈ હોય. એમના ચેહરા પર ઠીક એવી જ શાંતિ હતી, જેવી શાંતિ ઈસા મસીહના ચહેરા પર એ સમયે હતી જ્યારે એમને સૂળી પર ચઢાવવામાં આવી રહ્યાં હતા.

બાપૂની હત્યાના દુઃખદ સમાચાર પલક ઝબકતાં જ આખા સંસારમાં ફેલાઈ ગયા. જેને સાંભળીને બધા સ્તબ્ધ રહી ગયા. દિલ્લી નિવાસી પોતાના કામ-કાજ ઝોડીને બિરલા ભવનની તરફ પ્રસ્થાન કરવા લાગ્યા. બધાની આંખોમાં આંસૂ હતા અને એ આંસુઓથી ભીની કીકીઓ પર એક પ્રશ્ન ચિહ્ન ઉભરાઈ રહ્યો હતો - ગાંધીજી પછી દેશનું શું થશે?

સંયુક્ત રાષ્ટ્ર સંઘમાં બધા રાષ્ટ્રોના ધ્વજ અડધા ઝુકાવી દેવામાં આવ્યા. આખો સંસાર શોકમાં ડૂબી ગયો.

પ્રધાનમંત્રી પંડિત જવાહરલાલ નેહરૂએ આકાશવાણી દિલ્લી કેન્દ્રથી મહામાનવ બાપૂના મહાપ્રયાણની દુઃખદ સૂચનાને આપતા કહ્યું હતું - " *આપણી જિન્દગીમાંથી પ્રકાશ ચાલ્યો ગયો છે અને ચારે તરફ અંધારું છવાયું છે. આપણા ગાંધીજી, જેમને આપણે રાષ્ટ્રપિતા કહેતા હતા, હવે નથી રહ્યાં. મેં કહ્યું કે રોશની ચાલી ગઈ. પરંતુ કદાચ હું ભૂલ કરી રહ્યો હતો કેમ કે જે રોશનીએ આ દેશને રોશની આપી હતી તે કોઈ મામૂલી રોશની ન હતી. તે પ્રકાશ આગળ પણ ખૂબ વર્ષો સુધી આ દેશને રોશની આપતો રહેશે. હજાર વર્ષ સુધી પણ આપણે એ રોશનીને જોઈ શકીશું. એને આખી દુનિયા જોશે અને તે અસંખ્ય હૃદયોને શાંતિ પ્રદાન કરશે. તે પ્રકાશ તાત્કાલિક વર્તમાનનો ન હતો. એનાથી કેટલાક વધારેનો પ્રતિનિધિ હતો. તે જીવંત અને અનસ્વર સત્યોના પ્રતીક હતા. તેઓ આપણને યોગ્ય માર્ગનું સ્મરણ કરાવતા હતા. ભટકવાથી બચાવતા હતા. તેઓ જ આ પ્રાચીન દેશને સ્વતંત્રતાની તરફ લાવ્યા હતા.* "

પંડિત જવાહરલાલ નેહરૂએ સત્ય જ તો કહ્યું હતું. આજે પણ તે અમર

જ્યોતિ ભારતના અને આખા વિશ્વની પીડિત માનવ જાતિનું માર્ગદર્શન કરી રહી છે. તે અમર છે. કાળની ક્રૂર થપાટો પણ એને ઓલવી નહીં શકે.

વિશ્વનો કદાચ જ કોઈ નેતા એવો રહ્યો હશે જે વિવાદોથી ઘેરાયેલો ના હોય. જેનું જીવન વિશ્વ માટે પ્રેરણા સ્રોત રહ્યું હોય અને એણે પોતાના જીવનકાળમાં જ એટલી લોકપ્રિયતા પ્રાપ્ત કરી લીધી. મહાત્મા ગાંધીના મૃત્યુ પછી વિશ્વના અનેક દેશોમાં રસ્તાઓ, ચાર રસ્તાઓ, સ્ક્વેયરો અને ઈમારતોના નામ એમના નામ પર રાખી દેવામાં આવ્યા. વિશ્વના પ્રત્યેક નેતાએ, ત્યાં સુધી કે એ બ્રિટના નેતાઓએ જેના શાસન વિરુદ્ધ ગાંધીજી જીવનભર લડતા રહ્યાં એમણે ગાંધીજીના મૃત્યુ પર જે શોક અને સંવેદનાઓ પ્રગટ કરી, એનાથી સ્પષ્ટ થઈ જાય છે કે એમના હૃદયમાં ગાંધીજી માટે કેટલો આદર અને કેટલી શ્રદ્ધા હતી.

પ્રશંસનીય વાત એ છે કે સંયુક્ત રાષ્ટ્ર અમેરિકાએ, જેની સાથે સ્વાધનીતાથી લઈને આજ સુધી સંબંધ મધુર નથી કહી શકાતા, ગાંધી જયંતિને પોતાના દેશના રાષ્ટ્રીય દિવસના રૂપમાં ઘોષિત કર્યો છે.

ગાંધીજીની આ લોકપ્રિયતાના મુખ્ય કારણ છે, એમના સિદ્ધાંત, જેને એમણે ક્રિયાત્મક રૂપ આપ્યું. તે ફક્ત શબ્દોમાં વિશ્વાસ નહોતા કરતા, બલ્કે જે કહેતા હતા એવું કરતાં પણ હતા. બાપૂની કથની અને કરણીમાં કોઈ ભેદ નથી રહ્યો. આજે એમના સ્વર્ગારોહણના પચાસ વર્ષ વ્યતીત થઈ રહ્યાં છે પરંતુ એમના સત્ય, અહિંસા, વિશ્વ બંધુત્વ, સમતા, સમાનતા અને એકતાના સિદ્ધાંત વિશ્વ માટે એટલા જ મહત્ત્વપૂર્ણ અને જરૂરી છે, જેટલા એમના જીવનકાળમાં હતા. બલ્કે એ સિદ્ધાંતોનું મૂલ્ય અને મહત્ત્વ પહેલાની અપેક્ષાએ આજે ક્યાં વધારે છે કેમ કે આજે વિશ્વમાં ભલે જ ક્યાંય પણ મહાયુદ્ધ છેડાયેલું દેખાઈ ન રહ્યું હોય પરંતુ આજનું વિશ્વ એક એવા સુપ્ત અને બરફીલા જ્વાળામુખીના દહાનાની ઠીક ઉપર ઉભો છે,જેની બરફના આવરણમાં દબાયેલી આગ ક્યારેય પણ વિનાશકારી લાવાના રૂપમાં ફૂટીને આખા વિશ્વનો જ નહીં બલ્કે આખી સૃષ્ટિનો વિનાશ કરી શકે છે.

ગાંધીજીના આ સિદ્ધાંતો અને શાંતિપૂર્ણ, અહિંસક સવિનય અવજ્ઞા આંદોલનથી પ્રભાવિત થઈને જ ભારતના સ્વાધીન થઈ ગયા પછી વિશ્વના અનેક ગુલામ દેશોએ આઝાદીનો અવાજ ઉઠાવ્યો. ગાંધીજીના માર્ગનું અનુસરણ કરતા એમને વિદેશી સત્તા વિરુદ્ધ શાંતિપૂર્ણ અહિંસક આંદોલન આરંભ કર્યા અને કેટલાક વર્ષો પછીજ સંસારના લગભગ બધા દેશોએ પરાધીનતાથી મુક્તિ મેળવી લીધી. વિશ્વના કોઈ પણ ખૂણામાં ચાલ્યા જાઓ, ત્યાં ગાંધીજીના અનેક પ્રશંસક અને અનુયાયી મળી જ જશે.

બાપૂ વાસ્તવિક અર્થોમાં મહામાનવ હતા, અજાતશત્રુ હતા. એક એવા દીપ સ્તંભ હતા જેઓ યુગો-યુગો સુધી વિશ્વના પીડિત, શોષિત અને નિર્ધન વ્યક્તિઓનું માર્ગદર્શન કરતા રહેશે.

શિમલામાં સાન્ધ્ય-પ્રાર્થના માટે જતા ગાંધીજી અને એમના સહયોગી

બાપૂ અને અહિંસા

દક્ષિણ આફ્રિકાની ગોરી સરકારને જ નહીં, ઈંગ્લેન્ડમાં રહેવાવાળા અંગ્રેજોના મનમાં એ ધારણા ઉંડાઈ સુધી બેસી ગઈ હતી કે, અંગ્રેજ કોમને ભગવાને સંસાર પર શાસન કરવા માટે જ પેદા કરી છે. તે એ જમાનો હતો, જ્યારે બ્રિટિશ સામ્રાજ્યમાં સૂર્ય ક્યારેય અસ્ત થતો ન હતો. અર્થાત્ સંસારનો કોઈ પણ એવો મહાદ્વીપ ન હતો, જેણે કોઈને કોઈ દેશ પર, કે ભાગ પર અંગ્રેજોનું શાસન ન હોય.

એ કાળમાં અંગ્રેજી સેના વિશ્વની સર્વોત્તમ અને મહાશક્તિશાળી સેના માનવામાં આવતી હતી. ફક્ત મહાદ્વીપો પર જ નહીં, વિશ્વના મહાસાગરો પર પણ અંગ્રેજી સેનાએ આધિપત્ય સ્થાપિત કરી રાખ્યું હતું. મહાસાગરોની સીમાહીન છાતીને અંગ્રેજી સેનાના યુદ્ધપોત અહીંથી તહીં રોંદતા ફરતા હતા. સંસારના કોઈ પણ રાષ્ટ્રમાં એટલી શક્તિ અને સામર્થ્ય ન હતું કે તે અંગ્રેજી સત્તા-શાસન અને એના મનમાન્યા અન્યાય તથા અત્યાચારોની વિરુદ્ધ અવાજ તો દૂર આંગળી સુધી ઉઠાવી શકે.

બ્રિટિશ સામ્રાજ્યવાદના ખૂની શકંજામાં જે દેશ જકડાયેલા હતા એ બધામાં ભારતવર્ષની દશા સૌથી વધારે દયનીય હતી. ભારતવાસીઓને અસ્ત્ર શસ્ત્રતો દૂર છ ઈંચ લાંબા ફળવાળા ચાકુ સુધી પોતાની પાસે કે પોતાના ઘરમાં રાખવાનો અધિકાર ન હતો. બ્રિટિશ સત્તા તથા શાસન વિરુદ્ધ મ્હોં ખોલવા સુધીની આઝાદી ન હતી. ત્યાં સુધી કે કોઈ મામૂલી અંગ્રેજ સુધી પણ પસાર થાય તો કોઈ પણ ભારતવાસીને ભલે જ તે કેટલો મોટો જાગીરદાર જ કેમ ન હોય, ઊભા થઈને

અભિવાદન કરવું પડતું હતું. મોટામાં મોટો અપરાધ કરવા પર પણ કોઈ અંગ્રેજને ભારતીય ન્યાયલય દંડ આપી શકતા ન હતા.

નિલહે ગોરા આ વાતનું જીવતું-જાગતું પ્રમાણ હતા. ન જાણે કેટલાય ખેડૂતોને એમણે મારી નાંખ્યા હતા. કેટલીય માસૂમ સ્ત્રીઓનું સતીત્વ બલાત લૂંટી લીધું હતું. પરંતુ એમના વિરુદ્ધ તત્કાલીન શાસનમાં ક્યારેય કોઈ પગલાં ઉઠાવવામાં આવ્યા ન હતા. તેઓ કોઈ પણ ખેડૂતને જબરદસ્તી પોતાની મનમાની શરતો પર નીલને ખેતી કરવા બાધ્ય કરી શકતા હતા. દક્ષિણ આફ્રિકાથી ભારત પાછા ફર્યા પછી ગાંધીજીએ આ અંગ્રેજ પ્લાન્ટરો વિરુદ્ધ અહિંસાત્મક સત્યાગ્રહના શ્રીગણેશ ચમ્પારનથી જ કર્યા હતા.

ગાંધીજી અહિંસાને સંસારનું સર્વાધિક શક્તિશાળી અને અમોઘ અસ્ત્ર માનતા હતા. એમણે અત્યાધિક શક્તિ સંપન્ન બ્રિટિશ સામ્રાજ્યની વિરુદ્ધ આ જ અસ્ત્રનો પ્રયોગ કર્યો હતો. એ સમયે અંગ્રેજોના પક્ષધર ભારતીય પણ હસીને કહ્યા કરતા હતા - *"શું અહિંસાત્મક સત્યાગ્રહથી બ્રિટન જેવા શક્તિશાળી સામ્રાજ્યથી ગાંધીજી ટક્કર લઈ શકે છે?"*

પરંતુ એ દિવસોમાં સંસાર દાંતો દળે આંગળી દબાવીને રહી ગયો જ્યારે ગાંધીજીએ અહિંસાની ભસ્મથી જ બ્રિટિશ સામ્રાજ્યની ભારતની ધરતીમાં ત્રણ શતાબ્દિઓથી ગહેરી જામેલી જડોને ઉખાડીને ફેંકી દીધા અને અંગ્રેજ કોઈ હારેલા જુગારીની જેમ પોતાના બોરિયા-બિસ્તરા સમેટીને ભારતથી ચાલ્યા ગયા. આ જોઈને સંસારના તે બધા રાષ્ટ્ર જે મહાત્મા ગાંધીની અહિંસાની મજાક ઉડાવ્યા કરતા હતા, તેઓ બધા આશ્ચર્યચકિત થઈને રહી ગયા.

ભારતના પશ્ચિમોત્તર સીમાંતપ્રદેશના નિવાસી પઠાણ માર-ધાડ અને બદલો લેવા માટે વિશ્વવિખ્યાત છે. પરંતુ જ્યારે ગાંધીજીના અહિંસાના જાદૂએ પ્રભાવિત કર્યા તો એ પઠાણોના નેતા ખાન અબ્દુલ ગફ્ફાર ખાને કહેવું પડ્યું કે, *"અમે પઠાણ જો અહિંસાથી પાઠ ન શીખીએ તો અમારી ખરાબ રીતે બરબાદી થતી. અમે અહિંસાને પોતાની મુકમ્મલ ખુદગર્જીને કારણે અપનાવી છે. અમે લોકો તો પેદાઈશી જ લડાકૂ છીએ અને અમે આ રિવાજને આપસમાં જ લડી-ભીડીને નથી ચાલુ રાખવા ઈચ્છતા. અમારી એ માન્યતા છે કે જો એક વખત કુનંબા કે કબીલામાં એક ખૂન થઈ ગયું, તો એનો બદલો લેવો ઈજ્જતની વાત છે. સામાન્ય રીતે અમારા લોકોમાં માફી જેવી કોઈ વસ્તુ નથી જોવા મળતી, આથી અમારે ત્યાં ખૂનને બદલે ખૂન, બદલો અને ફક્ત બદલો જ છે. આ રીતે તબાહી અને બરબાદીનો આ સિલસિલો ક્યારેય ખતમ ના થતો. એમાં રત્તીભર પણ શક નથી કે અહિંસા એક નિજાતના ચહેરામાં અમારી પાસે આવી છે."*

ખાન અબ્દુલ ગફ્ફાર ખાન જેમને સીમાંત ગાંધીજી કહેવામાં આવતા હતા. એક વખત સત્ય જ કહ્યું હતું - *"ગાંધીજીની અહિંસાને કારણે જ પઠાણોના*

આપસી ઝગડા અને બદલાની ભાવના ઈતિહાસના પાનાઓ બનીને રહી ગઈ. એમણે ખુદને ખુદાઈ ખિદમતગાર કહેવાનું શરૂ કરી દીધું. અંગ્રેજોની રાઈફલોની સામે એમણે પોતાની રાઈફલો ફેંકીને છાતી ખોલી દીધી. એમણે અહિંસાના સિદ્ધાંતને પૂરા તન, મન અને કર્મથી અપનાવ્યા. એમણે પાકિસ્તાનની સ્થાપનાનો વિરોધ અહિંસાત્મક રીતથી કર્યો અને જ્યાં સુધી જીવિત રહ્યાં એ પ્રયત્ન એમણે ક્યારેય ના છોડ્યો. જો એમણે ગાંધીજીની અહિંસાની તન, મન અને કર્મથી ના અપનાવી હોત, તો દેશના વિભાજન પછી જ પાકિસ્તાનનું અસ્તિત્વ જોખમમાં પડી જતું અને સ્થાપનાના પહેલાં જ પાકિસ્તાનના ટુકડા-ટુકડા થઈ જતા."

ગાંધીજીએ કહ્યું હતું - "અહિંસા વીર યોદ્ધાઓ માટે છે, કાયરો માટે નહીં. વિદેશીઓએ ભારતવાસીઓને એક વખત કાયર ઘોષિત કરી દીધા હતા. દગો અને લાલચથી આપસમાં ફૂટ નાખીને એક વકત પરાજિત કરી દેવાનો એ અર્થ નથી કે ભારતવાસી હંમેશાં માટે કાયર થઈ ગયા. હંમેશાં એવું થાય છે કે કોઈ પણ વ્યક્તિ ખુદને જેવો સમજવા લાગે છે, ધીમે-ધીમે એવો જ બની જાય છે. જો તે એ કહેતો રહે કે હું ફલાણું કામ નથી કરી શકતો તો બની શકે છે કે એક દિવસ એ કામ કરવામાં ખરેખર જ અસમર્થ અને અયોગ્ય બની જાય પરંતુ જો એના મનમાં એ વિશ્વાસ હોય અને એની એ દૃઢ ધારણા હોય કે તે એ કામને કરી શકે છે, તો ભલેજ તે શક્તિહીન હોય, પરંતુ એમાં કોઈ શંકા નથી કે તે એક ને એક દિવસ એ કામને કરી જ લેશે."

સંસાર ભારતને કાયર માનતો હતો, એ સત્ય હતું. પરંતુ ગાંધીજીએ પોતાના અહિંસાત્મક સત્યાગ્રહથી પ્રમાણિત કરી દીધું કે ભારતીય કાયર નથી. એમણે વિશ્વને પોતાના અહિંસાત્મક સત્યાગ્રહથી આશ્ચર્યમાં નાખી દીધું અને વિશ્વને ગાંધીજીની અહિંસા તથા શાંતિમાં, લોહીની વેતરણીથી ઉગરવાની આશા દેખાવા લાગી. સંસાર એ માનવા પર બાધ્ય થઈ ગયો કે જો વિશ્વમાં શાંતિ જાળવી રાખવી છે તો વેરભાવને દૂર કરવા પડશે. યુદ્ધોને તિલાંજલિ આપવી પડશે અને એવું ત્યારે જ શક્ય થઈ શકે છે, જ્યારે અહિંસાના સિદ્ધાનું આખું વિશ્વ તન, મન અને કર્મથી પાલન કરે.

સન્ ૧૮૫૭એ પ્રથમ સ્વાધીનતા સંગ્રામની અસફળતા પછી ભારત એક એવા સ્થાન પર પહોંચી ગયું હતું, જ્યાં પરાધીનતા, અન્યાય, અત્યાચાર અને શોષણના સિવાય કશું ન હતું. ભારતીયો દ્વારા કોઈ પણ પ્રકારના હથિયાર રાખવા ગેરકાનૂની ઘોષિત કરી દેવામાં આવ્યા હતા અને આ જ સ્થિતિ એ બધા દેશોની હતી, જે બ્રિટિશ સામ્રાજ્યવાદના ખૂની શકંજામાં જકડાયેલી દાસતાની પીડાથી છટપટાઈ રહ્યાં હતા. ગાંધીજીએ અહિંસાનો દક્ષિણ આફ્રીકામાં પહેલી વખત પ્રયોગ કર્યો અને સફળ પણ રહ્યાં. આફ્રિકાની એ ગોરી સરકારની વિરુદ્ધ જેણે દક્ષિણ આફ્રિકામાં રહેવાવાળા અશ્વેતોથી જીવવા સુધીનો અધિકાર છીનવી લીધો હતો. ગાંધીજીની અહિંસાએ દક્ષિણ આફ્રિકાની એ ઘમંડી સરકાર અને

શક્તિશાળી સરકાર સુધીને ઘુંટણો ટેકવા પર મજબૂર કરી દીધા હતા.

અહિંસાના પ્રશિક્ષણ માટે શસ્ત્રોની જરૂર નથી હોતી. જો શસ્ત્ર છે પણ, તો એને ફેંકી દેવા જોઈએ. જે લોકો કહે છે કે અહિંસા શીખવાથી પહેલાં હિંસા શીખવી જરૂરી છે, એમને એ ખબર હોવી જોઈએ કે હકીકતમાં હિંસાની શિક્ષા પ્રાપ્ત કરવા માટે મરવું જરૂરી છે અને અહિંસાનું શિક્ષણ પ્રાપ્ત કરવા માટે મરવાનું શીખવું જરૂરી છે. હિંસાાં ભયથી મુક્તિ મળે છે અને અહિંસામાં ભય માટે કોઈ સ્થાન જ નથી. ભયમુક્ત થવા માટે અહિંસાની ત્યાગવૃત્તિ ખુદમાં પેદા કરવી પડે છે. એને ચલ-અચલ સમ્પત્તિને નષ્ટ થઈ જવાના ભયથી મુક્ત થઈ જવું પડે છે અર્થાત્ એને બધા પ્રકારના ભયથી ખુદને મુક્ત કરી લેવા પડે છે. ફક્ત એના મનમાં ઈશ્વરનો ભય રહે. જેના મનમાં ઈશ્વરથી ભય પેદા થઈ જાય છે, એમના જ મનમાં ઈશ્વર પ્રત્યે શ્રદ્ધા તથા વિશ્વાસ પેદા થાય છે અને તેઓ પોતાના શરીરને આત્માથી ભિન્ન સમજવા લાગે છે અને જ્યારે આ ભાવના પેદા થઈ જાય છે, તો એણે પોતાના નસ્વર શરીર પ્રત્યે રતીભર પણ મોહ નથી રહેતો.

અહિંસાના શિક્ષણ માટે સાહસની જરૂર હોય છે. જ્યારે વ્યક્તિ ભય-મુક્ત થઈ જાય છે, ત્યારે જ એનામાં સાહસ પેદા થાય છે. આ સાહસને પેદા કરવા માટે જરૂરી છે કે તે જિંદગીની સચ્ચાઈનો સામનો કરવાનું શીખે અને દુર્ગમ-નિર્જન વનો અને સ્મશાનોમાં ત્યાં સુધી ભટકતો ફરે જ્યાં સુધી કે એના મનથી ભય પૂરી રીતે દૂર ના થઈ જાય. બીજી જરૂર છે સહનશક્તિ અને ધૈર્યની.

બે વ્યક્તિઓને લડતા જોઈને જે વ્યક્તિ ધ્રૂજવા લાગે છે અથવા એ સ્થાનથી ભાગી જાય છે તે અહિંસાનો ઉપાસક નહીં બલ્કે કાયર છે. એવા સમયમાં તો જે વ્યક્તિ અહિંસાનો ઉપાસક હશે તે એ બંનેનો ઝગડો સમાપ્ત કરાવીને ફરીથી મેળ કરવા માટે પોતાના પ્રાણો સુધીની પરવાહ નહીં કરે. એ સમયે એની સામે ફક્ત એક જ લક્ષ્ય હશે કે ભલે જ એના પ્રાણ ચાલ્યા જાય પરંતુ એ બંનેની વચ્ચે આ ઝગડો સમાપ્ત કરાવીને એમનામાં પ્રેમ, સોહાર્દ અને સદ્ભાવના પેદા કરે. તે પોતાના પ્રાણોની ચિંતા ન કરીને ખુદને જોખમમાં નાખી દે છે અને આ પ્રકારે એક અહિંસક વ્યક્તિની વીરતા હિંસક વ્યક્તિની વારતાથી ક્યાંય શ્રેષ્ઠ અને મહાન હોય છે. હિંસકની વારતાનો એક દિવસમાં અંત થઈ જાય છે, જ્યારે અહિંસકની વીરતાનો ક્યારેય અંત નથી થતો. જેમ-જેમ તે પોતાના સિદ્ધાંતનું પાલન કરવા માટે ખુદને જોખમમાં નાંખતો જાય છે, એના શૌર્ય, ધૈર્ય, સાહસ તથા સહનશક્તિમાં વૃદ્ધિ થતી ચાલી જાય છે.

અહિંસા જેવી સૂક્ષ્મતમ્ શક્તિને તુચ્છ માનીને અવહેલના કરવી યોગ્ય નથી. આપણે પાણીનો પ્રતિદિવસ, અને દિવસમાં કેટલીય વખત પ્રયોગ કરીએ છી. એમાં આપણને કોઈ શક્તિ નથી દેખાતી. પરંતુ એ પાણી જ્યારે મોટા-મોટા ટરબાઈનોને સંચાલિત કરીને વિજળી પેદા કરે છે, ત્યારે આપણને એની શક્તિની જાણ થાય છે. આથી આપણે અહિંસાની શક્તિની શોધ ધૈર્ય તથા વિશ્વાસની સાથે કરવી જોઈએ.

અહિંસાનો પ્રયોગ ધીમે-ધીમે વ્યક્તિને નિર્ભીક, સાહસી, ધૈર્યવાન, સહનશીલ અને પરાક્રમી બનાવી દે છે. એમાં એક એવું શૌર્ય થઈ જાય છે, જેનો સામનો કરવાની શક્તિ હિંસા કે હિંસકમાં નથી હોતી. હિંસક તો હિંસાને કારણે પોતાનો વિવેક ગુમાવી બેસે છે. ક્રોધ અને ઉત્તેજના એના સ્વભાવનુ એક અંગ બની જાય છે અને તે સારા, ખરાબ, યોગ્ય, અયોગ્ય, ન્યાય, અન્યાય અને વૈધાનિક, અવૈધાનિકના ભેદ કરી શકવાવાળી દૃષ્ટિ તથા વિવેક ગુમાવી બેસે છે.

જે વ્યક્તિના સ્વભાવમાં હિંસા સામેલ થઈ ગઈ છે, તે તો હિંસા કરશે જ. પરંતુ જો સતત પ્રયત્ન કરવામાં આવે અને એની હિંસાનો જવાબ અહિંસાથી આપવામાં આવે, તો ધીમે-ધીમે એના સ્વભાવમાં પરિવર્તન આવવા લાગશે. પરંતુ જ્યાં સુધી એનો સ્વભાવ બદલાય એની હિંસાથી કેવી રીતે બચવામાં આવે? જો કોઈ વિશાળ ચટ્ટાન ઢળાવ પર લપસતી આવી રહી હોય અને ઢળાવની ઝપેટમાં આવીને તમારી મૃત્યુ નિશ્ચિત હોય તો એવી સ્થિતિમાં ચટ્ટાનના રસ્તાથી દૂર હટીને એની ઝપેટથી બચી શકાય છે. પરંતુ જો દૂર હટવાનો કોઈ રસ્તો જ ન હોય ત્યારે શું કરી શકીએ છીએ. ત્યારે એ જ યોગ્ય થશે કે ખૂબ ધીરજથી એ સ્થાન પર ઊભા રહેવામાં આવે. એનાથી બની શકે કે વાગે ઓછું અને જો મૃત્યુ પણ થાય તો તે એટલું પીડા ભર્યું નહીં હોય.

કેટલીય વખત એવું પણ થાય છે કે, પાગલ માણસની સામે મૌન અને શાંત ઊભા રહેવા પર તે બક-બક કરીને અંતમાં ખુદ જ ખામોશ થઈ જાય છે અને ખામોશ થતાં જ આખી વાતો ભૂલી જાય છે અને આ પ્રકારે એનાથી સહજ જ પીછો છૂટી જાય છે અથવા પછી એનું એ પાગલપણ એ સમય સુધી સ્થાયી રૂપથી સમાપ્ત થઈ જાય છે, જ્યારે કોઈ દૃઢતાથી અહિંસા દ્વારા એના પાગલપનનો સામનો કરતા-કરતા પોતના પ્રાણ ન્યૌછાવર કરી દે છે.

અહિંસા એક અમોઘ શસ્ત્ર છે. જે વ્યક્તિએ અહિંસાની શક્તિની પૂર્ણરૂપથી સાધના કરી લીધી છે, એનો સામનો સંસારમાં કોઈ પણ બીજી શક્તિ નથી કરી શકતી. આ વાતને આપણે સિદ્ધાંતના રૂપમાં ભલે જ સ્વીકાર કરી લઈએ પરંતુ જ્યારે એ વિચારવા બેસીએ છીએ કે આ વાત વ્યવહારમાં ક્યાં સુધી શક્ય છે, ત્યારે કેટલાય પ્રશ્ન સામે આવીને ઊભા થઈ જાય છે. ભલે જ કોઈ એવો

મહાયોગી હોય જે સિંહ, ચિત્તા, વાઘ અને વરૂઓ જેવા ખૂંખાર જાનવરોને પોત-પોતાના યોગની શક્તિથી ગાય અને બકરી જેવા સીધા-સાધા પશુ બનાવી શકે, એમની હિંસક પ્રવૃત્તિને પરિવર્તિત કરી શકે પરંતુ સામાન્ય વ્યક્તિને એ હિંસક પશુઓથી બચવા માટે બંદૂક, ભાલા વગેરે શસ્ત્રોનો ઉપયોગ કરવો જ પડે છે. જો તે અહિંસાના સિદ્ધાંતને માનીને ચુપચાપ રહી જાય છે, તો નિશ્ચય જ હિંસક પશું એને પોતાનો કોળીયો બનાવી લેશે.

હિંસક પશુઓ જેવી જ પ્રવૃત્તિ સામૂહિક રૂપથી સંગઠિત થઈને માર-કાપ કરવાવાળા દંગાઈઓમાં પણ પેદા થઈ જાય છે. દંગાઈઓની ભીડ પર કાબૂ મેળવવા માટે સાધારણ મનુષ્ય શસ્ત્રોનો જ પ્રયોગ કરે છે કેમ કે એમના રસ્તામાં અહિંસક બનીને ઊભા થવાનો કોઈ અર્થ જાણી જોઈને જીવ જોખમમાં નાખવા સિવાય અન્ય કશું નથી.

પ્રશ્ન ઉઠે છે કે અહિંસાના સિદ્ધાંતનું પાલન કરવાવાળા વ્યક્તિ એવી સ્થિતિઓમાં શું કરે? શું તે દઢતાથી એ હિંસક પશુઓ કે હિંસક મનુષ્યોની ભીડની સામે પોતાના અહિંસાના સિદ્ધાંતનું પાલન કરીને ઊભો રહે? અહિંસાના સિદ્ધાંતનું પાલન કરવાવાળા અનેક લોકો હિંસાના ઉન્માદથી ગ્રસ્ત લોકોના ઉદ્ધારના પ્રયત્નમાં પોતાના પ્રાણોનો ઉત્સર્ગ કરી ચુક્યા છે.

આ પ્રકારના દંગા કરવાવાળા લોકો એ જ હોય છે, જે આપણી વચ્ચે હોય છે. ગુંડા ના તો આકાશથી ટપકે છે અને ના ધરતીને ફાડીને નિકળે છે. તે આપણે લોકોમાંથી જ હોય છે, પરંતુ એમની આર્થિક તથા સામાજિક સ્થિતિ એમને શરાફતની જિન્દગી છોડીને અપરાધપૂર્ણ જીવન વિતાવવા પર વિવશ કરી દે છે. હકીકતમાં તેઓ ભલાઈ અને અહિંસાના રસ્તાથી ભટકી જાય છે અને ભટકેલા રાહગીર પ્રત્યે દયા, પ્રેમ તથા સહાનુભૂતિ પ્રદર્શિત કરવી પ્રત્યેક શાંતિપ્રિય અને અહિંસાવાદી નાગરિકનું કર્તવ્ય છે. ગુંડાઓની ઉત્પત્તિ સમાજની કુવ્યવસ્થાનું પરિણામ હોય છે. આથી સમાજ જ એના માટે જવાબદાર છે. ગુંડાઓને સમાજ રૂપી શરીરનું બિમાર અંગ સમજીને ઉપચાર કરવો જોઈએ ના કે એને કાપીને ફેંકી દેવું જોઈએ. એ કારણોની શોધ કરવી જોઈએ, જેણે ગુંડાઓને જન્મ આપ્યો છે અને પછી એ કારણોને એ પ્રકારે સમાપ્ત કરવાનો પ્રયત્ન કરવો જોઈએ જેનાથી કે તેઓ ફરી પેદા ન થઈ શકે.

દરેક સમજદાર વ્યક્તિ આ હકીકતથી પરિચિત છે, પરંતુ જાણતા હોવા છતાં પણ કોઈ આ સામાજિક રોગને દૂર કરવાનો કોઈ ઉપાય નથી કરતા. ગુંડાઓની ના તો કોઈ જાતિ હોય છે અને ના તો કોઈ ધર્મ. આથી એમને કોઈ જાતિ કે

ધર્મમાં બાંધીને એમનાથી ઘૃણા કે સહાનુભૂતિ રાખવી માનવતા પ્રત્યે અન્યાય છે.

સમાજને અહિંસાની તરફ કેવી રીતે લાવવામાં આવે? શું સમાજ અહિંસાની તરફ વળી શકશે? આ એવા પ્રશ્ન છે, જે પ્રત્યેક શાંતિપ્રિય નાગરિકના મનમાં પેદા થતાં રહે છે. લોકોનો વિચાર છે કે અહિંસા વ્યક્તિગત ધર્મ તો હોઈ શકે છે પરંતુ સમાજ માટે લાભકારી સાબિત નથી થઈ શકતી. પરંતુ આ વિચાર ખોટા છે. કૉંગ્રેસે સ્વરાજ્ય પ્રાપ્તિ માટે અહિંસાવાદી માર્ગ અપનાવ્યો. ઘરેલૂ ઝગડા-ફસાદ અને સાંપ્રદાયિક દંગાઓને શાંત કરવા માટે પણ અહિંસાનું જ અનુસરણ કર્યું. સર્વાંગીણ અહિંસાને સમાજમાં પણ સ્થાન મળ્યું છે. સામાજિક અહિંસા ઠીક દેશમાં ધીમે-ધીમે આગળ વધી છે.

ગાંધીજીએ એક વખત કહ્યું હતું - મારા પ્રભાવમાં આવીને સમાજે અહિંસાને અપનાવી. પરંતુ મારા મર્યા પછી એ સમાપ્ત થઈ જશે. એવું કહેવું ક્યારેય યોગ્ય નથી. કૉંગ્રેસમાં અનેક વિચારક પડ્યાં છે. અનુભવે એમને શીખવાડ્યું છે કે અહિંસાથી જ ભારત આઝાદ થશે. અંદર-અંદરના વિગ્રહ માટે પણ અહીંસાથી કામ લેવામાં આવે, આ એમનો આગ્રહ હતો. પંડિત જવાહરલાલ નેહરૂ કોઈ પણ વાત કે સિદ્ધાંતને એમ જ અપનાવવાળા વ્યક્તિ ન હતા. એમણે ખૂબ વિચાર કર્યા પછી સ્વરાજ્ય પ્રાપ્તિ માટે અહિંસાનો માર્ગ સ્વીકાર કર્યો. એ સત્ય છે કે જો અહિંસાના માર્ગથી સ્વરાજ્ય મળવું અશક્ય હોય અને તે હિંસાથી મળી શકે તો હિંસાનો માર્ગ સ્વીકાર કરવામાં એમને સંકોચ નહીં થાય બીજા અનેક એવા પ્રૌઢ નામ છે, જે સ્વરાજ્ય પ્રાપ્તિ માટે ફક્ત અહિંસાને જ એકમાત્ર સાધન માને છે. મારા મર્યા પછી તે બધા લોકો અહિંસાને છોડી દેશે. એવો વિચાર મનમાં લાવવો એમનું અને મનુષ્ય સ્વભાવનું અપમાન કરવા બરાબર છે. આપણે એ માનીને ચાલવું જોઈએ કે દરેક વ્યક્તિનું પોતાનું એક સ્વતંત્ર વ્યક્તિત્વ હોય છે. જો આપણે એક-બીજા પ્રત્યે એટલો આદર રાખીએ, તો આપણે જરૂર આગળ વધીશું. જો કે કૉંગ્રેસના ઘણા બધા નેતાઓએ અહિંસાને અંતિમ નમસ્કાર કરી લીધા છે. હું સ્વીકાર કરું છું કે અહિંસાના વિરાટ સ્વરૂપનો વિચાર કરીને કૉંગ્રેસની આંકેલી મર્યાદા અહિંસાને ખૂબ જ સંકુચિત કરી દે છે. એનાથી અહિંસાની ભવ્યતા રોકાઈ જાય છે.

જો આપણે અનાદિ કાળથી લઈને આજ સુધીના જમાના પર નજર નાખીએ છીએ, તો જોઈએ છીએ કે મનુષ્ય હિંસાના માર્ગ પર જ ચાલતો આવ્યો છે. આપણા પૂર્વજ એક-બીજાને ખાઈ જતા હતા. પછીથી પશુઓના શિકાર પર ગુજારો કરવા લાગ્યા. ધરતી ખોદવાનું આરંભ કરી દીધું. તેઓ ધરતીથી અનેક પ્રકારના ભોજનો પ્રાપ્ત કરવા લાગ્યા. એમણે જંગલમાં મંગલ કરી દીધું. અહીં-

નહીં ભટકતા-ભટકતા જિન્દગી વિતાવવાને બદલે એમણે એક સ્થાન પર સ્થિર થઈને રહેવાનું પસંદ કર્યું. ગામ અને શહેર વસાવ્યા જેનાથી કે કૌટુંબિક ભાવના જાગૃત થઈ અને આ જ ભાવનાએ આગળ વધીને સામાજિક ભાવનાનું રૂપ લઈ લીધું. આ બધું ઉત્તરોત્તર અહિંસાની વધતી નિશાનીઓ છે. આ પ્રકારે હિંસાવૃત્તિ ધીમે-ધીમે ઓછી થતી ગઈ. જો એવું ના હોત તો જે પ્રકારે ઘણા બધા નિમ્ન વર્ગના પ્રાણીઓની જાતિઓ લુપ્ત થતી ગઈ, એ પ્રકારે મનુષ્ય જાતિ પણ અત્યાર સુધી સમાપ્ત થઈ ગઈ હોત.

જે પયગમ્બર થઈ ગયા એમણે પણ થોડી ઘણી માત્રામાં અહિંસાનું જ પ્રવર્તન કર્યું છે. કોઈએ પણ હિંસાનો પ્રચાર કરવાનો દાવો નથી કર્યો. પશુ રૂપમાં તો મનુષ્ય હિંસક જ રહ્યો છે. ફક્ત આત્માના રૂપમાં જ-તે અહિંસક છે. જ્યારે મનુષ્યને આત્માનું ભાન થઈ જાય છે ત્યારે તે હિંસક રહી જ નથી શકતો કાં તો તે અહિંસા શીખી જશે અથવા નષ્ટ થઈ જશે. આથી પૈગમ્બર અને અવતારોએ સત્ય, સંયમ, ઐક્ય, માતૃભાવ તથા ન્યાય વગેરેનો ઉપદેશ આપ્યો.

જો આપણે એટલું સ્વીકાર કરી લઈએ કે આજ સુધી અહિંસામાં ઉત્તરોત્તર વૃદ્ધિ થઈ રહી છે આથી અનાયાસ જ આ વાત પ્રમાણિત થઈ જાય છે કે આપણે એનાથી પણ આગળ જ વધતા જવાનું છે. પરંતુ આ સંસારમાં કોઈ પણ વસ્તુ સ્થિર નથી. બધું ગતિવાન છે. આગળ ન વધીએ તો પાછળ પડવાનું છે. ગતિચક્રથી બહાર કોઈ જઈ નથી શકતું. એની બહાર તો ફક્ત ઈશ્વર જ છે-જો છે તો.

લોકોએ અહિંસાનું જેટલું મૂલ્ય અને મહત્ત્વ આજે સમજ્યું છે, એટલું પહેલાં ક્યારેય સમજ્યું ન હતું.

અહિંસાના નામથી જ ભડકી ઉઠવું યોગ્ય નથી. જો આપણે અહિંસાને સ્પષ્ટ રૂપથી સમજી લઈએ અને એની સર્વોપરિ ઉપયોગિતાને સ્વીકાર કરી લઈએ તો એનું આચરણ એટલું મુશ્કેલ નથી, જેટલું સમજવામાં આવે છે. જે કર્મમાં સહજ શુદ્ધ અર્થ અને કામ સમાયેલા છે, આપણે એ ધર્મનું આચરણ કેમ કરીએ છીએ? આ ધર્મ તિલક લગાવવા કે ગંગા સ્નાન કરવાનું નથી. અહિંસા અને સત્યનું આચરણ કરવાનું છે. આપણી પાસે બે અમર વાક્ય છે. 'અહિંસા પરમ ધર્મ છે'. અને 'સત્ય સિવાય બીજો કોઈ ધર્મ નથી" - એમાં બધા વાંછનીય 'અર્થ' અને 'કામ' આવી જાય છે. પછી આપણે અચકાઈએ છીએ કેમ? એ હોવા છતાં પણ એ સ્વીકાર કરવું પડે છે કે જે સરળ છે, તે જ લોકોને મુશ્કેલ માલૂમ થાય છે. આ આપણી જડતાનું સૂચક છે. જડતા નામના વસ્તુ માત્રમાં એક ગુણ પણ છે અને તે પોતાના સ્થાન પર ઉપયોગી પણ છે. આપણે આ જ ગુણને કારણે ટકેલા છીએ. આ ના હોય તો આપણે હંમેશાં લુઢકતા રહીએ. આ જડતાના

વશમાં આપણી અંદર એ માન્યતાએ ઘર કરી લીધું છે કે સત્ય અને અહિંસાનું પાલન કરવું ખૂબ મુશ્કેલ છે. આ દૂષિત જડતા છે. આપણે આ દોષને કાઢી નાંખવા જ જોઈએ. પહેલાં તો એ સંકલ્પ કરી લેવો જોઈએ કે અસત્ય અને હિંસા દ્વારા ભલે જ કેટલો પણ લાભ કેમ ન થાય, આપણા માટે ત્યાજ્ય છે કેમ કે આ લાભ, લાભ નહીં નુકસાન જ સાબિત થશે. જો આપણે નિશ્ચયપૂર્વક આ સત્યને સ્વીકાર કરી લઈએ તો આપણે બંને ગુણોને ખુદમાં સરળતાથી વિકસિત કરી શકીએ છીએ.

પરંતુ અહીંયા તો આપણે અહિંસાને જ લઈશું. આજ સુધઈ આપણે ચરખો વગેરેને અહિંસાનું સ્વતંત્ર રૂપ માન્યું છે અને તે છે પણ. હું માની લઉં છું કે અહિંસા પર પૂરો અમલ કરવાવાળા પોતાના માતા પિતા, પુત્ર અને પતિ-પત્ની, નોકર-ચાકરની સાથે પોતાના સંબંધોને અહિંસામય બનાવી લીધા હશે, અથવા બનાવી લેશો. પરંતુ જો દેશમાં ઉપદ્રવ થશે, તો તે શું કરશે? ચોર-ડાકૂઓના ઉપદ્રવોના સમયે તેઓ શું કરશે? જ્યારે આ પ્રકારના ઉપદ્રવ થાય તો વ્યક્તિમાં મરી મિટવાની પણ યોગ્યતા હોવી જોઈએ.

હું હિન્દૂ છું, તો મને મુસલમાનો અને અન્ય ધર્માવલંબિઓની સાથે ભાઈચારાના સંબંધ જોડવા જોઈએ. પોતાની આસ-પાડોશમાં રહેવાવાળા વિધર્મીઓની સાથે આપણે એવું જ વર્તન કરવું જોઈએ, જેવો વ્યવહાર આપણે સ્વધર્મીઓની સાથે કરીએ છીએ. એમની સેવાની હંમેશાં શોધ કરી એમની સેવા કરવી જોઈએ, આ સેવામાં ભય ના હોવો જોઈએ. બનાવટ કે દેખાડો ના હોવો જોઈએ. અહિંસાના શબ્દકોષમાં તો ભયનું કોઈ સ્થાન જ નથી.

આ પ્રકારે ભાઈચારો પેદા કરવાવાળા સાંપ્રદાયિક દંગાઓમાં ખુદને ખપાવી શકે છે. આ જ વાત ચોર-ડાકૂઓમાં પણ લાગૂ થાય છે. ચોર-ડાકૂના સામાન્ય રીતે સંપ્રદાય નથી હોતા, પરંતુ એમની સાથે પણ આપણે સંબંધ જોડીને એમને સદમાર્ગ પર લાવવાનો પ્રયત્ન કરવો જોઈએ.

આથી જ્યાં-જ્યાં પણ પોતાના દૈનિક જીવનમાં અહિંસા પર અમલ કરવાવાળઆ લોકો રહેતા હોય, ત્યાં દરેક એકને પોતાના માટે કાર્યક્રમ બનાવી લેવા જોઈએ. એમનામાં એટલી જાગૃતિ હોવી જોઈએ કે પોતાની એક-એક પળનો તે હિસાબ આપી શકે.

અહિંસાનું સર્વોત્તમ ક્ષેત્ર છે કૌટુમ્બિક ક્ષેત્ર. કૌટુમ્બિક ક્ષેત્રના અર્થને વિસ્તૃત અર્થમાં સમજવું જોઈએ. આપણે જે સંસ્થાના સદસ્ય હોઈએ, એ સંસ્થાના બધા સદસ્યોને એક કુટુંબના રૂપમાં જ સમજવા જોઈએ. આ ક્ષેત્રમાં અહિંસાનો પ્રયોગ સફળ થવો જ જોઈએ. ના થાય તો સમજવું જોઈએ કે આપણામાં શુદ્ધ અહિંસાનું પાલન કરવાની શક્તિ નથી, કેમ કે જે પ્રેમનું પાલન આપણે પોતાના કુટુંબ કે

પોતાની સંસ્થામાં પોતાના સગા-સંબંધીઓ કે સાથીઓ પ્રત્યે કરીએ છીએ એ જ પ્રેમનું પાલન આપણે પોતાના શત્રુ કે ચોર-ડાકૂ પ્રત્યે પણ કરવાનું છે. જો આપણે પહેલાથી નિષ્ફળ થયા તો બીજામાં સફળ થવાની આશા રાખવી 'આકાશ પુષ્પ' પ્રાપ્ત કરવાની આશા રાખવા જેવું છે.

સામાન્ય રીતે એ માની લેવામાં આવેછે કે કુટુંબ કે સંસ્થામાં આપણે અહિંસાનું પાલન ન કરી શકીએ, તો પણ રાજનીતિમાં આપણે એનું પાલન કરી શકીશું. આ નિતાન્ત ભ્રમ છે. જેનો આપણે આજ સુધી પાલન કરતાં આવ્યા છીએ, એને અહિંસાનું નામ આપવું અહિંસાને બદનામ કરવા જેવું છે. આવી લૂલી-લંગડી અહિંસા આપણને સંકટના સમયે કામ નથી આપી શકતી. અહિંસાની બારાખડી તો કુટુંબમાંથી જ શીખી શકાય છે. જો આપણે અહીંયા ઉત્તીર્ણ થઈ ગયા તો પછી બધા ક્ષેત્રોમાં ઉત્તીર્ણ થઈ શકીએ છીએ, આ હું અનુભવથી કહી શકું છું. કેમ કે અહિંસક મનુષ્ય માટે તો આખું જગત પોતાનું કુટુંબ જ છે. જો એવું માને છે, તે કોનાથી ભયભીત થશે અને કેવી રીતે ભયભીત કરશે? કહી શકાય છે કે આ શરત અનુસાર તો અહિંસક ખૂબ ઓછા રહી જશે. એવું થવું શક્ય છે. પરંતુ આ મારી શરતનો જવાબ નથી, જે અહિંસાને માનવાવાળા છે એમને અહિંસા પાલનની શરત તો જાણી જ લેવી જોઈએ. એનાથી ભડકીને અહિંસાો ત્યાગ કરવો હોય તો ભલે જ કરી દેવામાં આવે.

અહિંસા પાલનનો દાવો કરવાવાળાઓ માટે એ સમજી લેવું અત્યંત જરૂરી છે કે અહિંસા એનાથી શું ઈચ્છે છે. પછી ભલે એવું કરવામાં અહિંસાની સેના એકદમ નાની રહી જાય. નાની ભલે જ હોય, પરંતુ જો તે સાચ્ચી છે, તો કોઈ દિવસે એનું મોટા થવાની આશા રાખી શકાય છે. જો જૂઠી હોય તો એનાથી નાની કે મોટી કશું પણ બનવાની આશા રાખવી જ બેકાર છે.

એનો એ અર્થ નથી કે આ શરતોનું સંપૂર્ણ પાલન કરવાવાળા જ અહિંસક દળમાં સામેલ રહી શકે છે. જે લોકો આ શરતોને સ્વીકાર કરે છે અને એના પાલનનો ઉત્તરોત્તર પ્રયત્ન કરે છે તેબધા આ દળમાં ભરતી થઈ શકે છે. આ દળ સંપૂર્ણ અહિંસકોનું નહીં, પરંતુ અહિંસાના પાલનનો શુદ્ધ પ્રયત્ન કરવાવાળાઓનું હશે.

અપરિગ્રહ

ગાંધીજીએ બેરિસ્ટરના રૂપમાં આફ્રિકામાં જે સફળતા અને પ્રશંસા પ્રાપ્ત કરી હતી, એ સમયના બેરિસ્ટરો માટે એ ઈર્ષ્યાની વાત હોઈ શકે છે. જો ગાંધીજી ઈચ્છતા તો આફ્રિકામાં જ રહીને અથવા ભારત પાછા આવીને અપાર ધન અર્જિત કરી શકતા હતા. પરંતુ ગાંધીજીએ આરંભથી જ પોતાના જીવનમાં કેટલાય સિદ્ધાંતોની સ્થાપના કરી નાખી હતી. તે વાસ્તવિક અર્થમાં સાધુ-સન્ત જ નહીં મહાત્મા હતા. સંસારમાં એ જ વ્યક્તિને ધન-સંપત્તિની લાલચ અને મોહ નથી હોતો, જેની દૃષ્ટિમાં ધન-સંપત્તિનું કોઈ મહત્ત્વ જ ના હોય. જો સ્વભાવમાં ત્યાગ અને અપરિગ્રહની ભાવના હોય. અર્જિત ધનને દાન આપવું એટલું વધારે મહત્ત્વપૂર્ણ નથી, જેટલું મહત્ત્વપૂર્ણ છે થઈ રહેલી કમાણીને ઠોકર મારવી અને ગાંધીજીએ એવું જ કર્યું. ધન-સંપત્તિની લાલચ એમને સ્પર્શી પણ ના શકી હતી. મરતા સમયે પણ એમની પાસે વ્યક્તિગત સંપત્તિના નામ પર એક જૂની ખિસ્સા ઘડીયાળ, ત્રણ વાનરોની મૂર્તિઓ જ હતી.

ગાંધીજીની અપરિગ્રહની ભાવના જીવતું-જાતું પ્રમાણ આપણને એ સમયે મળે છે જ્યારે તેઓ બીજી વખત આફ્રિકાથી સ્વદેશ માટે રવાના થયા.

એ ઘટનાને ગાંધીજીએ પોતાની આત્મકથામાં કોઈ પણ લાગ-લપેટ વગર વાસ્તવિક રૂપમાં પ્રગટ કરી છે :-

આ સમયે મારો નજીકનો સંબંધ બહુધા નેટાલની સાથે હતો. નેટાલના ભારતવાસીઓએ મને પ્રેમામૃતથી નવડાવી નાખ્યો. સ્થાન-સ્થાન પર અભિનંદન પત્ર આપવામાં આવ્યા અને દરેક સ્થાનથી મૂલ્યવાન ભેટ આપવામાં આવી.

૧૮૯૬માં જ્યારે પહેલી વખત આવ્યો હતો, ત્યારે પણ ભેટો મળી હતી, પરંતુ આ વખતની ભેટો અને સભાઓના દશ્યોને જોઈને હું ગભરાઈ ઉઠયો ભેટમાં સોના-ચાંદીની વસ્તુઓ તો હતી, હીરા પણ હતા.

આ બધી વસ્તુઓને સ્વીકાર કરવાનો મને શું અધિકાર હોઈ શકે છે? જો હું સ્વીકાર કરી લઉં થો પછી પોતાના મનને એ કહીને કેવી રીતે સમજાવી શકું છું કે હું પૈસા લઈને લોકોની સેવા નહોતો કરતો? મેં લોકો માટે જે કંઈ કર્યું હતું. એની પાછળ મારો આર્થિક સ્વાર્થ હતો. મારા મુવક્કિલોએ કેટલીક રકમ આપી હતી. એના સિવાય જે પણ વસ્તુઓ મળી હતી, મારી જન-સેવાના ઉપલક્ષ્યમાં ગઈ હતી. પરંતુ મારા મનમાં તો મુવક્કિલો અને બીજા લોકોમાં ખૂબ ભેદ હતો. મુખ્યમુખ્ય મુવક્કિલ પ્રત્યેક સાર્વજનિક કાર્યમાં મારી મદદ કર્યા કરતા હતા.

આ ભેટોમાં પચાસ સિક્કાઓનો એક મૂલ્યવાન હાર કસ્તૂરબા બાઈ માટે લીધો હતો. પરંતુ એને જે પણ વસ્તુ મળી હતી તે પણ મારી સેવાના ફળસ્વરૂપ મળી હતી. આથી એને અલગ નથી માની શકાતું.

જે સાંજે મને ભેટમાં મુખ્ય-મુખ્ય વસ્તુઓ મળી તે રાત્રે મેં એક પાગલની જેમ જાગીને રાત કાપી. ઓરડામાં આખી રાત અહીંથી તહીં ચક્કર કાપતો રહ્યો, પરંતુ ગુત્થી કોઈ પ્રકારે હલ ના થઈ. સેંકડો રૂપિયાઓની ભેટ ન લેવી જેટલું મુશ્કેલ મહેસૂસ થઈ રહ્યું હતું, ભેટ લઈ લેવી એનાથી પણ ક્યાંય વધારે ભારે થઈ રહ્યું હતું.

હું આ ભેટોને ઈચ્છતો તો પચાવી શકતો હતો પરંતુ મારા બાળક અને પત્ની? એમને તો સેવાની શિક્ષા મળી રહી હતી. એમને હંમેશાં એ જ સમજાવવામાં આવતું હતું કે સેવાનું મૂલ્ય નથી લેવામાં આવતું. આથી હું પોતાના ઘરના મૂલ્યવાન ઝવેરાત વગેરે નથી રાખતો. સાદગી નિરંતર વધતી જઈ રહી હતી. એવી સ્થિતિમાં સોનાની ઘડીયાળ કોણ રાખશે? સોનાના હાર અને હીરાની વીંટીઓ કોણ પહેરશે? હું બીજાઓને ઝવેરાતનો મોહ છોડવા માટા કહેતો રહેતો હતો. આથી સમજી શકતો ન હતો કે આ ઘરેણાઓ અને ઝવેરાતોને લઈને શું કરું?

ખૂબ વિચાર્યા-સમજ્યા પછી હું એ નિર્ણય પર પહોંચ્યો કે આ વસ્તુઓને હું કોઈ પણ દશામાં પોતાની પાસે નથી રાખી શકતો. હું આ બધાનું ટ્રસ્ટ બનાવી દઈશ. સુમત પત્ની-પુત્રો તથા મિત્રો વગેરેને આ ઘરેણાના ટ્રસ્ટી બનાવવાનો નિશ્ચય કરી લીધો અને એમના નામે એક પત્ર પણ લખી નાંખ્યો.

હું જાણતો હતો કે પત્નીને સમજાવવું ખૂબ જ મુશ્કેલ થશે. મને વિશ્વાસ હતો કે બાળકોને સમજાવવામાં સહેજ પણ મુશ્કેલી નહીં થાય. આથી મેં એમને જ પોતાના વકીલ બનાવવાનો નિશ્ચય કરી લીધો. બાળકોને આખી વાત સમજાવી તો તેઓ તરત માની ગયા અને બોલ્યા, ''અમને ઘરેણાઓથી કોઈ લેવાદેવા

નથી. આ બધી વસ્તુઓ આપણે પાછી આપી દેવી જોઈએ. જો આ વસ્તુઓની જરૂર હશે તો શું આપણે ખુદ પેદા નહીં કરી શકીએ?"

બાળકોના આ જવાબથી મને ખુબ આનંદ થયો. મેં એમનાથી કહ્યું, "તો તમે પોતાની બા એટલે કે પોતાની માતાને સમજાવશોને?"

"જરૂર સમજાવીશું", બાળકોએ ખૂબ ઉત્સાહથી ઉત્તર આપ્યો, "તે આ ઘરેણાઓને ભલા ક્યાં પહેરશે. જો રાખવા ઈચ્છશે તો અમારા માટે જ ને? પરંતુ જ્યારે અમને જ આ ઘરેણાની જરૂર નથી તો પછી તે કેમ જિદ કરવા લાગી."

પરંતુ કામ અનુમાનથી ક્યાંય વધારે મુશ્કેલ સાબિત થયું.

સમજાવવાનો પ્રયત્ન કરતાં જ કસ્તૂરબાઈએ તડાકથી જવાબ આપ્યો, "ભલે જ તમને એની જરૂર ના હોય અને છોકરાઓને પણ ન હોય, બાળકોનું શું છે, જેવું સમજાવી દો સમજી જાય છે? અને કોણ કહી શકે છે કે કાલે શું થશે? જે વસ્તુ લોકોએ આટલા પ્રેમથી ભેટ કરી છી, એને પાછી આપવી યોગ્ય નથી." આ પ્રકારની જે વાક્ધારા શરૂ થઈ તો એની સાથે-સાથે અશ્રુધારા પણ આરંભ થઈ ગઈ. પરંતુ છોકરાઓ દઢ રહ્યાં. પછી હું કેવી રીતે ડગતો.

મેં ધીમેથી કહ્યું, "પહેલા છોકરાઓના લગ્ન તો થઈ વા દો. આપણે હજુ બાળપણમાં જ તો એના લગ્ન કરવા નથી ઈચ્છતા. મોટા થઈ જવા પર એમનો જીવ જે ઈચ્છે તે કરે? પછી શું આપણે ઘરેણાં, કપડાઓની શોખીન વહૂની શોધ કરવી છે? છતાં પણ જો કશું બનાવવાનું હશે તોહું ક્યાં ચાલ્યો ગયો છું?"

"હા, હું તમને ઓળખું છું. તમે એ જ છો ને, જેમણે મારા ઘરેણા પણ ઉતરાવી લીધા છે. જ્યારે મને જ નથી પહેરવા દેતા તો વહુઓ જરૂર લાવી દોશે. છોકરાઓને તો અત્યારથી જ વૈરાગી બનાવી રહ્યાં છો. આ ઘરેણાંઓને હું પાછી આપવા નહીં દઉં અને પછી મારા આ હાર પર તમારો શું અધિકાર છે?"

"પરંતુ આ હાર મારી સેવાના ઉપલક્ષમાં મળ્યો છે કે તારી સેવાના ઉપલક્ષ્માં?"

"જે કંઈ પણ હોય, શું તમારી સેવામાં મારી સેવા નથી? મારા સહયોગી નથી? મારાથી રાત-દિવસ જે મજૂરી કરાવો છે, તે શું સેવા નથી? મને રોવડાવી-રોવડાવીને ઘરમાં એરો-ગેરોને ભરી લીધા, એનાથી મારાથી સેવા ટહેલ કરાવી, તે કશું પણ નહીં."

કસ્તૂરબાઈના આ બાણ ખૂબ જ તીખા હતા. મને કેટલાક તો ખરાબ રીતે ચુભી રહ્યાં હતા. પરંતુ હું ઘરેણાંને પાછા આપવાનો નિશ્ચય કરી ચુક્યો હતો. અંતમાં ઘણું બધું કહ્યાં-સાંભળ્યા અને સમજાવ્યા પછી જેમ-તેમ સંમતિ પ્રાપ્ત કરી શક્યો. ૧૮૯૬ અને ૧૯૦૧માં મને જેટલી ભેટ મળી હતી એને પાછી આપી દીધી.

એનું એક ટ્રસ્ટ બનાવી દેવામાં આવ્યું અને મારી અથવા ટ્રસ્ટીઓની ઈચ્છાનુસાર આ સંપત્તિનો લોક હિતમાં ઉપયોગ થવાની શરતની સાથે બધા ઘરેણાઓને વેચીને બધી રકમ બેંકમાં જમા કરી દેવામાં આવી. વસ્તુઓને વેચીને હું અનેક વખત ઢેરો રૂપિયા એકઠા કરી ચુક્યો છું. આજે પણ આપાત્ કોષના રૂપમાં તે રકમ હાજર છે અને એમાં સતત વૃદ્ધિ થતી ચાલી આવી રહી છે.

આ વાત માટે મને ક્યારેય કોઈ પસ્તાવો નથી થયો. આગળ ચાલીને કસ્તૂરબાઈને આ વાતનું ઔચિત્ય સમજ આવવા લાગ્યું અને આ પ્રકારે અમે પોતાના જીવનમાં ઘણી બધી લાલચોથી બચી ગયા.

''મારો આ નિશ્ચિત મત છે કે લોકસેવીને જે પણ ભેટ મળે છે તે એમની વ્યક્તિગત વસ્તુઓ ક્યારેય નથી હોઈ શકતી.''

ગાંધીજી પોતાના સિદ્ધાંતો પર કઈ સીમા સુધી દૃઢ હતા એ વાતના અનેક પ્રમાણ મળે છે, પરંતુ એ બધામાં સર્વાધિક મહત્ત્વપૂર્ણ પ્રમાણ એમના પુત્ર મણિલાલની બીમારીની ઘટના છે. એ દિવસોમાં ગાંધીજી ગોરેગાંવ-મુંબઈમાં રહેતા હતા. હજુ મકાન માટે થોડા જ દિવસ થયા હતા કે એમનો પુત્ર મણિલાલ બીમાર પડી ગયો. ગાંધીજીએ લખ્યું છે :

એને કાળા તાવે ઝકડી લીધો. જેમ-જેમ દવા આપવામાં આવી, તાવ વધતો જ ગયો. આખું ઘર અને ખુદ મણિલાલ પણ ગભરાઈ ઉઠ્યા. એક રાત્રે સન્નિપાતના લક્ષણ પણ દેખાવા લાગ્યા. એનાથી પહેલાં બાળપણમાં એને ઓરોની ચેચક પણ નિકળી ચુકી હતી.

ડૉક્ટરથી સલાહ લેવામાં આવી તો એમણે કહ્યું, ''એના માટે હવે કોઈ પણ દવાથી કોઈ લાભ નહીં થાય. હવે તો એને ઈંડાં અને મુરઘીનો શોરબા આપવાની જરૂર છે.

એ સમયે મણિલાલની ઉંમર દસ વર્ષની હતી. એનાથી તો આ વિષયમાં મને પૂછવાની શું જરૂર હતી? હું જ એનો સંરક્ષક હતો. આ નિર્ણય મારે જ કરવાનો હતો.

ડૉક્ટર એક પારસી સજ્જન હતા. મેં કહ્યું, ''ડૉક્ટર સાહેબ, અમે લોકો તો શાકાહારી છે. મારો વિચાર તો એને એમાંથી એક પણ વસ્તુ આપવાનો નથી. કોઈ બીજી વસ્તુ બતાવોને.''

ડૉક્ટર બોલ્યા, ''તમારા પુત્રનો જીવ જોખમમાં છે, દૂધ અને પાણી મિલાવીને આપી શકાય છે. પરંતુ એનાથી પૂરો લાભ નહીં થાય. તમે તો જાણો છો કે હું તો વધારે હિન્દૂ પરિવારોમાં જ જઉં છું. પરંતુ સારવાર માટે જે પણ વસ્તુ હું જરૂરી સમજું છું તે જ આપું છું તેને એને લે પણ છે. મારો વિચાર છે કે તમે પણ પોતાના પુત્રની સાતે આટલી કઠોરતા ના વર્તો, એ જ સારું થશે.''

''તમે જે કહો છો તે તો ઠીક છે અને તમારે એવું કરવું પણ જોઈએ. પરંતુ મારી જવાબદારી થોડી મોટી છે. જો છોકરો યુવાન થશે તો હું એની ઈચ્છા જાણવાનો પ્રયત્ન જરૂર કરતો. તે જે પણ ઈચ્છતો એને એવું જ કરવા દેતો. પરંતુ કેમ કે તે હજું નાનો છે, આથી બધો જ વિચાર મારે કરીને નિર્ણય આપવો પડશે. મારો વિચાર છે કે વ્યક્તિના કર્મની પરીક્ષા એવા જ સમયમાં થાય છે. ભલે સાચી હોય કે ખોટી હોય. હું તો એને જ ધર્મ માનું છું કે મનુષ્યએ માંસ વગેરે ના ખાવું જોઈએ. જીવનના સાધનોની પણ સીમા હોય છે. જીવવા માટે પણ આપણે તામસી વસ્તુઓને ગ્રહણ ના કરવી જોઈએ. મારા ધર્મની મર્યાદા મને અને મારા પરિવારના લોકોને પણ એવા સમયમાં માંસ વગેરે ખાવાથી રોકે છે. આથી તમે જે જોખમને જુઓ છો, તે તો મારે ઉઠાવવું જ પડશે. પરંતુ હું તમારાથી એક વાત કહેવા ઈચ્છું છું.તમારી સારવાર તો હું હવે કરીશ નહીં. મને જળ-ચિકિત્સાની થોડી ઘણી જાણકારી છે. હું એ જ ઉપચારને કરવા ઈચ્છું છું. પરંતુ મને નાડી અને હૃદયની ધડકનો જોવાનું નથી આવડતું. જો તમે નિયમપૂર્વક મણિલાલને જોવા આવતા રહ્યાં અને એના શરીરમાં થવાવાળા પરિવર્તનો વિશે મને બતાવતા રહો તો તમારો ખૂબ ઉપકાર માનીશ.''

ડૉક્ટર ખૂબ જ સજ્જન હતા. મારી મુશ્કેલીઓ સમજી ગયા. એમણે મારી ઈચ્છાનુસાર મણિલાલને જોવા માટે આવવાનું સ્વીકાર કરી લીધું.

તેમ છતાં મણિલાલમાં એટલી સમજ ન હતી કે મને કોઈ સલાહ આપી શકતું. છતાં પણ ડૉક્ટરની સાથે જે વાતચીત થઈ હતી, મેં એને સંભળાવી દીધી અને પોતાના વિચાર પ્રગટ કરવા માટે કહ્યું.

મણિલાલે કહ્યું, ''હું ના તો શોરબા પીશ અને ના તો ઈંડાં ખાઈશ. તમે નિશ્ચિંત થઈને જળ-ચિકિત્સા કરો.''

એના આ જવાબથી મને ખુશી થઈ. જો કે હું જાણતો હતો કે જો હું એનાથી આ વસ્તુઓને ખાવા માટે કહેતો તો તે ક્યારેય ના ન પાડતો. હું કૂનાની જળ ચિકિત્સાને જાણતો હતો, એનો ઉપયોગ પણ કરી ચુક્યો હતો.

હું જાણતો હતો કે બીમારીમાં ઉપવાસનું ખૂબ જ મહત્વપૂર્ણ સ્થઆન છે. કૂનાની પદ્ધતિ અનુસાર મેં મણિલાલને કટિ સ્નાન કરાવવાનું આરંભ કરાવ્યું. ત્રણ મિનિટથી વધારે હું એને ટબમાં રાખતો ન હતો. મેં એને ત્રીસ દિવસ સુધી ફક્ત મોસંબીના રસમાં પણી મિલાવીને આપ્યું. ખાવા કે પીવા માટે એને કશું ના આપ્યું.

પરંતુ તાવ દૂર ના થયો. રાત્રે એ કશું ને કશું બડબડાતો પણ રહેતો હતો. ક્યારેક-ક્યારેક ૧૦૪ ડિગ્રી સુધી વધી જતો હતો તો હું ગભરાઈ ઉઠતો હતો.

જો પુત્રને ખોઈ બેઠો તો લોકો મને શું કહેશે? મોટા ભાઈ શું કહેશે? બીજા ડૉક્ટરોને કેમ ન બોલાવવામાં આવ્યા? કોઈ વૈદ્યને કેમ ના બોલાવ્યું? માતા-પિતાએ પોતાની અધૂરી અક્કલ અજમાવવાનો શું અધિકાર છે? મારા મનમાં આ પ્રકારના વિચાર ઉઠતા રહેતા.

એની સાથે જ મન એ પણ કહેવા લાગતું - ''જીવ તું જે કશું પોતાના માટે કરે છે, જો તે છોકરા માટે પણ કરીશ તો પરમાત્માને સંતોષ જ થશે. તને જળ ચિકિત્સા પર શ્રદ્ધા છે, દવા નથી. ડૉક્ટર જીવન તો આપતા નથી. એમના પણ તો આખરે પ્રયોગ જ હોય છે. જીવનની દોર તો એક માત્ર પરમાત્માના હાથમાં છે. પરમાત્માનું નામ લે અને એના પર શ્રદ્ધા રાખ. પોતાના માર્ગને છોડીશ નહીં.''

મનમાં આ પ્રકારની ઉથલ-પુથલ મચતી રહેતી.

રાત થઈ. હું મણિલાલને પોતાની પાસે લઈને સૂતો હતો. ત્યારે જ મેં નિશ્ચય કર્યો કે મણિલાલને ભીની ચાદરમાં લપેટીને રાખવામાં આવે, હું ઉઠ્યો, ચાદર લીધી, ઠંડા પાણીમાં સારી રીતે લપેટી દીધો અને ઉપરથી બે કાંબળા ઓઢાડી દીધા. એના માથા પર રૂમાલ ભીનો કરીને રાખી દીધો. એનું શરીર તવાની જેમ તપી રહ્યાં હતું. પરસેવો બિલ્કુલ આવતો ન હતો.

હું પૂરી રીતે થાકી ગયો હતો. મણિલાલને એની માતાને સોંપીને હું અડધા કલાક સુધી ચોપાટી ચાલ્યો ગયો જેથી ખુલ્લી હવામાં મનને થોડી શાંતિ મળી જાય.

રાત્રે દસ વાગ્યા હશે. લોકોનું આવવા-જવાનું બંધ થઈ ગયું હતું. પરંતુ મને એનો ખ્યાલ ન હતો. હુંપોતાના વિચારોના સમુદ્રમાં ડૂબવા-ઉતરવા લાગ્યો- ''ઈશ્વર, આ ધરમ સંકટમાંતું મારી લાજ રાખજે.'' મ્હોંથી રામ-રામનું રટણ તો ચાલતું જ રહ્યું હતું.

થોડા સમય પછી ઘેર પાછો ફર્યો. મારું હૃદય ધડકી રહ્યું હતું. ઘરમાં ઘુસતા જ મણિલાલએ કહ્યું- ''બાપૂ આવી ગયા?''

''હા ભાઈ.''

''આમાથી કાઢોને? હું તો ગરમના માર્યા મરી જઈ રહ્યો છું.''

''કેમ પરસેવો આવી રહ્યો છે?''

હું તો પરસેવાથી તર થઈ ગયો છું. હવે તો મને કાઢો.''

મેં મણિલાલનું માથું જોયું. એના પરસેવાની બૂંદો મોતિઓની સમાન ચમકી રહી હતી તાવ ઓછો થઈ ગયો હતો. મેં ઈશ્વરનો આભાર વ્યક્ત કર્યો.

મેં મણિલાલને આશ્વાસન આપ્યું, ''ગભરાઈશ નહીં મણિલાલ, હવે તારો

તાવ ચાલ્યો જશે. પરંતુ જો થોડો વધારે પરસેવો આવી જાય તો વધારે સારું રહેશે."

"નહીં બાપૂ, હવે તો મને કાઢો. પછી જોયું જશે" એણે કહ્યું.

"મને વધારે રાહત થઈ ગઈ હતી. આથી વાતોમાં જ મેં થોડું મોડું લગાવી દીધું. મણિલાલના માથાથી પરસેવાની ધારા વહી નિકળી. મેં ચાદર હટાવી દીધી અને સૂકા રૂમાલથી મણિલાલના પરસેવાથી ભીંજાયેલું શરીર લૂછીને સુકવી દીધું. એને પછી અમે બંને સૂઈ ગયા. ખૂબ સારી ઊંઘ આવી અને સવારે મોડે સુધી સૂતા રહ્યાં.

સવારે જોયું તો મણિલાલનો તાવ ખૂબ જ ઓછો થઈ ગયો હતો. મેં એને ચાલીસ દિવસ સુધી દૂધ, પાણી અને ફળો પર રાખ્યો. હું ચિન્તામુક્ત થઈ ગયો હતો. તાવ હઠીલો હોવા પર પણ કાબૂમાં આવી ગયો હતો.

એનો નિર્ણય કોણ કરી શકે છે કે આ રામજીની કૃપા હતી કે જળ-ચિકિત્સા, અલ્પાહાર અથવા અન્ય કોઈ ઉપાયની. શ્રદ્ધા અને વિશ્વાસ અનુસાર ભલે જ કોઈની કોઈ પણ ધારણા હોય, પરંતુ ભગવાને એ સમયે મારી લાજ રાખી. મેં એ જ માન્યું હતું અને આજે પણ માનું છું."

ગાંધીજી જાતિ-પાતિ, ઊંચ-નીચ અને છુઆછૂતના પ્રબળ વિરોધી હતા. એમની દૃષ્ટિમાં વિશ્વના બધા માનવ એક સમાન હતા. એમનામાં ના તો કોઈ નાનું હતું કે ના કોઈ મોટું. ના કોઈ ઊંચું હતું કે ના કોઈ નીચું. તે આખા માનવ સમુદાયને એક જ પરિવારનું અંગ માનતા હતા અને સૌથી પહેલાં એમણે પોતાની આ ધારણા અનુસાર પહેલો પ્રયોગ કર્યો. ડરબન અને જોહાન્સબર્ગમાં ગાંધીજીની સાથે કેટલાય મિત્ર અને એમની ઑફિસમાં કામ કરવાવાળા લોકો પણ રહેતા હતા. તેઓ ભારતીય હતા, જેમાં કેટલાક હિન્દૂ હતા અને કેટલાક ઈસાઈ. તે લોકો ગુજરાત અને મદ્રાસના રહેવાવાળા હતા. બધા લોકો એક જ પરિવારના સદસ્યની જેમ રહેતા હતા. ગાંધીજી પોતાના સ્વભાવ અનુસાર કોઈ પ્રત્યે ભેદભાવ રાખતા ન હતા.

એમનો એક ક્લાર્ક ઈસાઈ હતો. એના માતા-પિતા પંચમ જાતિના હતા, જે પછીથી ઈસાઈ થઈ ગયા હતા. દરેક ઓરડામાં પેશાબ માટે એક વાસણ રાખવામાં આવતું હતું. એને સાફ કરવાનું કામ નોકરોને ન સોંપીને ગાંધીજીએ પોતાના માથે લઈ લીધું હતું. પહેલાંતે અને કસ્તૂરબા પેશાબના એ વાસણોનેસાફ કર્યા કરતા હતા પરંતુ ઘરમાં રહેવાવાળા લોકો જેખુદને પરિવારનું એક સમજવા લાગ્યા હતા, પોતાના પેશાબને વાસણને સાફ ખુદ કરવા લાગ્યા હતા. પંચમ જાતિમાં જન્મેલા આ બંને કર્મચારી નવા હતા. આથી એમના પેશાબના વાસણ ગાંધીજી અને કસ્તૂરબાને જ સાફ કરવા પડતા હતા.

કસ્તૂરબા બીજા લોકોના વાસણ ઉઠાવીને તો સાફ કરી દીધા કરતા હતા પરંતુ આ વખતે વાસણ સાફ કરતા એમને ખૂબ જ હિચકિચાહટથતી હતી. આ બાને

સારું લાગતું ન હતું અને ખુદ ઉઠાવતા પણ હિચક થઈ રહી હતી. બાપૂના ખૂબ સમજાવ્યા પછી બાએ વાસણ તો ઉઠાવી લીધું પરંતુ પોતાની આંખોથી બાપૂને ઉલહાના આપતી સીડીઓથી ઉતરી. બાપૂ બાના આ ચિત્રને જીવનભર ના ભૂલી શક્યા.

પરંતુ બાપૂને સંસારની દરેક વસ્તુની અપેક્ષાએ પોતાના સિદ્ધાંતોથી વધારે પ્રેમ હતો. તે જેટલા સહૃદય અને પ્રેમી પતિ હતા એટલા જ નિષ્ઠુર, કઠોર પણ હતા. બાપૂને બાની આંખોમાં આંસૂ જોઈને એમની ઘૃણા મહેસૂસ કરીને ગુસ્સો આવી ગયો. તેઓ ઇચ્છતા હતા કે જે પણ કામ કરવામાં આવે, ખુશીપૂર્વક કરવામાં આવે. એમને બાના કામથી સંતોષ ના થયો. એમણે બાને ખૂબ ખરું-ખોટું સંભળાવ્યું અને ગુસ્સામાં બોલ્યા, *"જુઓ, આ બખેડો મારા ઘરમાં નહીં ચાલી શકશે."* ગાંધીજીના આ શબ્દ બાના હૃદયથી બાણની જેમ જઈ ચુભ્યા. એમણે ભર્યા મનથી કહ્યું- *"તો સંભાળો પોતાનું ઘર. હું અહીંયાથી ચાલી જઈશ."*

બાપૂ એટલા ક્રોધમાં હતા કે એમને ના તો યોગ્ય-અયોગ્યનું જ્ઞાન રહ્યું અને ના તો ઈશ્વરનો ભય. એમના હૃદયમાં ક્રૂરતા ભરાઈ ગઈ. એમણે બાનો હાથ પકડી લીધો. સીડીઓની સામે જ બહાર જવાનો રસ્તો હતો. તે એ નિરીહ અબળાનો હાથ પકડીને એને ખેંચીને દરવાજા સુધી લઈ આવ્યા. એમણે હજુ અડધો જ દરવાજો ખોલ્યો હતો કે બાએ રોતાંરોતા કહ્યું, *"તમને તો કંઈ શરમ છે નહીં, પરંતુ મને છે. થોડી તો શરમ કરો. હું ઘરથી બહાર નિકળ્યા પછી જઈશ ક્યાં? અહીંયા માતા-પિતા પણ નથી, જે હું એમના ઘેર ચાલી જાઉં. હું રહી સ્ત્રી. આથી મારે તમારી દરેક ધોંસ સાંભળવી પડશે. હવે શરમ કરો અને દરવાજો બંધ કરી લો. કોઈ જોઈ લેશે તો આપણી બંનેની ફજેતી થશે."*

ગાંધીજીએ દરવાજો બંધ કરી દીધો અને વિચાર્યું- જ્યારે પત્ની મને નથી છોડી શકતી તો હું એને કેવી રીતે છોડી શકું છું. આ ઘટનાનું પરિણામ ખૂબ સારું નિકળ્યું. એના પછી બાએ બાપૂની વાતોનો વિરોધ કરવાનું છોડી દીધું. તે જે કંઈ પણ કહેતા, બા એને ચૂપચાપ સ્વીકાર કરી લેતી હતી.

જીવનભર ગાંધીજીની એ ધારણા રહી કે વ્યક્તિએ મશીનો પર નિર્ભર ના રહેવું જોઈએ.આ જ ધારણા અનુસાર એમણે દેશમાં ઘરેલૂ ઉદ્યોગો-ધંધાઓને ચાલુ કરવાની જોરદાર વકીલાત કરી. સ્વદેશીનો પ્રચાર આ ઉદ્યોગ-ધંધાઓને વધારવાનો મૂળ આધાર હતો. એમણે હાથથી કાંતેલી-વણેલી ખાદી પહેરાવ, હાથથી કુટેલા ચોખા, હાથથી બનેલા કાગળ વગેરેના પ્રયોગ પર ખૂબ ભાર આપ્યો. એમના વિચારથી મશીનો મનુષ્યને ફક્ત નિર્ધન જ નહીં, આળસું અને કામચોર બનાવવાનું કારણ પણ હતી.

ગાંધીજીની એ વિશેષતા હતી કે તે જે કંઈ વિચારતા હતા, જેવું સમજતા

હતા, એવું કરવાનો ભરપૂર પ્રયત્ન પણ કરતા હતા.

સુપ્રસિદ્ધ લેખક રસ્કિનની પુસ્તક 'અનટૂ ધિસ કાસ્ટ'ને વાંચ્યા પછી ગાંધીજીના મનમાં સર્વોદયની ભાવના જાગૃત થઈ હતી.

એમની દૃષ્ટિમાં સર્વોદયના ત્રણ મુખ્ય સિદ્ધાંત હતા- પહેલો, સૌના ભલામાંજ પોતાનું ભલું છે, બીજું.. વકીલ અને હજામના કામનું મૂલ્ય એક જેવું હોવું જોઈએ કેમ કે આજીવિકાનો બંનેને સમાન અધિકાર પ્રાપ્ત છે, અને ત્રીજું, મજૂર અને ખેડૂતનું જીવન જ સાચ્ચું જીવન છે. અર્થાત્ પરિશ્રમનું જીવન જ વાસ્તવિક જીવન છે. એમણે પોતાના આ વિચારો તથા ધારણાઓને ક્રિયાત્મક રૂપ આપવા માટે દક્ષિણ આફ્રિકામાં એક એવો પ્રયોગ કર્યો જેણે વિશ્વને સમતા, સમાનતા, એકતા, આત્માનેભરતા અને પરિશ્રમના નવા રસ્તા બતાવ્યા.

ગાંધીજીએ ૧૯૦૪માં ડરબન (દક્ષિણ આફ્રિકા)થી 'ઇન્ડિયન ઓપીનિયન' પત્રનું પ્રકાશન પ્રારંભ કર્યું હતું. એના કામથી ગાંધીજીને આંતરે દિવસે નેટાલથી ડરબન જવું પડતું હતું. એમના અંગ્રેજી મિત્ર મિ. એલબર્ટ વેસ્ટ જ પ્રેસનું કામ જોયા કરતા હતા.

કેટલાક કારણોથી 'ઇન્ડિયન ઓપીનિયન'ની સ્થિતિ ખૂબ જ વિચારનીય થઈ ગઈ, તો ગાંધીજીએ પોતાના મિત્રોથી વિચાર-વિમર્શ કરીને નિશ્ચય કર્યો કે 'ઇન્ડિયન ઓપીનિયન'ને શહેરથી હટાવીને કોઈ એવા સ્થાન પર લઈ જવામાં આવે, જ્યાં બધા લોકો એક સાથે રહીને કામ કરી શકે. એનાથી સમાચાર પત્ર જ નહીં, બધા લોકોનો પોતાનો ખર્ચો પણ ઓછો થઈ જશે. બધા લોકો મળીને ખેતી કર્યા કરશે અને બાકી સમયમાં ઇન્ડિયન ઓપીનિયનનું કામ કર્યા કરશે.

સામૂહિક ભોજનના ખર્ચનો હિસાબ લગાવવામાં આવ્યો તો લગભગ ત્રણ પાઉન્ડ પ્રતિ વ્યક્તિ આવ્યો. બધા લોકોને ગાંધીજીની આ સલાહ પસંદ આવી. ફિનિક્સમાં જમીન ખરીદી લેવામાં આવી. જમીન લગભગ વીસ એકર હતી. એમાં પાણીનું એક નાનું ઝરણું હતું. થોડા એવા કેરી અને મોસંબીના ઝાડ હતા. પાસે જ એંસી એકરનો જમીનનો બીજો ટુકડો પણ હતો, જેમાં ફળોના ઝાડ વધારે સંખ્યામાં હતા. એક ઝૂંપડી પણ બનેલી હતી. થોડા સમય પછી એને પણ ખરીદી લેવામાં આવ્યો અને આ પ્રકારે ''ફિનિક્સ આશ્રમ''ની સ્થાપના થઈ ગઈ. શેઠ પારસી રુસ્તમજીએ ગાંધીજીને આ નવા પ્રયોગમાં એમની ખૂબ મદદ કરી. એમણે ટીનની ચાદરો મફત જ આશ્રમમાં મોકલી દીધી. કેટલાય ભારતીય બઢઈ અને રાજ ગાંધીજીની મદદ માટે આવી ગયા અને બધા લોકોએ મળીને ૭૫ ફૂટ લાંબુ અને ૫૦ ફુટ પહોળો એક હૉલ બનાવી નાંખ્યો.

ફિનિક્સમાં આબાદી ન હતી. ઘાસ વધારે હોવાને કારમે સાપોની સંખ્યા વધારે હતી. આ સાપ ઘરમાં પણ ઘૂસી જતા હતા. પરંતુ સૌભાગ્યથી કોઈ

દુર્ઘટના ના થઈ.

ગાંધીજી મશીનો પર નિર્ભર રહેવાના વિરોધી તો હતા જ, આથી જ્યારે 'ઇન્ડિયન ઓપીનિયન'ની પ્રેશની મશીનો લગાવી દેવામાં આવી અને એને ચલાવવા માટે જ્યારે ઑઇલ એન્જિન લગાવ્યું તો એમના કહેવા પરહાથથી ચલાવવાવાળું એક પૈડું પણ લગાવવામાં આવ્યું, જે છાપવાની મશીનને ચલાવી શકે. એની સાથે જ પગથી ચાલવાવાળી છાપવાની એક મશીન પણ ખરીદી લેવામાં આવી.

આ આશ્રમમાં બધા લોકો મળીને કામ કરતા હતા. જ્યારે આશ્રમમાં આવ્યા પછી 'ઇન્ડિયન ઓપીનિયન'નો પહેલો અંક પ્રકાશિત થયો તો એક વિચિત્ર ઘટના થઈ ગઈ. સમાચાર પત્રની સામગ્રી કમ્પોઝ કરીને મશીન પર ફીટ કરી દેવામાં આવી અને ઑઇલ એન્જિને ચાલવાથી સાફ ઇન્કાર કરી દીધો. એન્જિનીયરે ખૂબ જ પ્રયત્ન કર્યા પણ એન્જિન ટસથી મસ ના થયું.

આ જોઈને વેસ્ટે દુઃખી થઈને નિરાશ સ્વરમાં કહ્યું, ''આજે એન્જિનની ચાલવાની કોઈ આશા નથી. આપણે આ સપ્તાહનું સમાચાર પત્ર સમય પર નહીં કાઢી શકીએ.''

''જો એવી વાત છે, ત્યારે તો વિવશતા છે. પરંતુ આ રીતે આંસૂ વહાવવાની જરૂર નથી અને થોડો પ્રયત્ન કરીને જોઈએ. હાથથી ચલાવવવાળું પૈડું કયા દિવસે કામ આવશે'' ગાંધીજીએ વેસ્ટને આશ્વાસન આપતા કહ્યું.

''પરંતુ એ પૈડાંને ચલાવવાવાળા માણસ આપણી પાસે ક્યાં છે? આપણે જેટલા પણ લોકો છીએ એનાથી તો તે ચાલી નથી શકતું. એના ચલાવવા માટે વારે-વારેથી ચાર-ચાર માણસોની જરૂર પડશે. એના સિવાય પ્રકાશન સામગ્રી તૈયાર કરતા-કરતા આપણે લોકો થાકી ચુક્યા છીએ '' વેસ્ટે જવાબ આપ્યો.

આશ્રમમાં બઢઈનું કામ હજુ સુધી પૂરું થયું ન હતું આથી તે બધા છાપખાનામાં જ સૂઈ રહ્યાં હતા. ગાંધીજીએ એ લોકોની તરફ જોતા કહ્યું, ''આ મિસ્ત્રી લોકો અહીંયા હાજર છે, કેમ ના એમની મદદ લેવામાં આવે. આજે રાત્રે આપણે બધા લોકો વારા ફરતી જાગીને પૈડું ફેરવીશું.'.

''મિસ્ત્રીઓને જગાવવા અને એમનાથી મદદ માંગવાની મારી તો હિમ્મત નથી થતી. પ્રેસમાં કામ કરવાવાળા પણ થાકી ચુક્યા છે.'' વેસ્ટે કહ્યું.

ગાંધીજીએ જઈને મિસ્ત્રીઓને જગાવ્યા અને એમનાથી મદદ માંગી. ગાંધીજીને એમની ખુશામદ ના કરવી પડી. એમણે કહ્યું, ''વાહ આવા સમયમાં અમે લોકો કામ ન આવીએ તો અમે માણસ ક્યાં?'' તમે આરામ કરો, અમે લોકો પૈડું ચલાવીશું. અમને કોઈ પરેશાની નહીં થાય.''

બધા લોકો વારા ફરતી પૈડું ફેરવવવા લાગ્યા અને સમાચાર પત્ર છપાવવા

લાગ્યું. સવારના આઠ વાગી ગયા હતા. પરંતુ હજુ ઘણું કામ બાકી હતું. ગાંધીજીએ વેસ્ટથી કહ્યુંકે હવે એન્જિનીયરને કેમ જગાવી લેવામાં ન આવે? "હવે તો દિવસ નિકળી આવ્યો છે. જો એન્જિન ચાલી ગયું તો પોતાનું કામ પૂરું થઈ જશે."

વેસ્ટે જઈને એન્જિનીયરને જગાડ્યો. એન્જિનીયર ઉઠીને એન્જિનના ઓરડામાં ચાલ્યો ગયો. જે એન્જિનને ચલાવવા માટે તે રાત્રે કેટલાય કલાકો સુધી માથાફોટી કરતો રહ્યો તે એન્જિન આ વખતે હાથ લગાવતા જ સ્ટાર્ટ થઈ ગયું. રાત્રે આટલી મહેનત કરવા પર પણ ચાલ્યું ન હતું. પરંતુ હવે હાથ લગાવતા જ એ રીતે ચાલી પડ્યું જાણે કશું બગડ્યું જ ન હતું

વેસ્ટે કે એન્જિનીયરે જવાપ આપ્યો, "આ વાતનો જવાબ આપવો મુશ્કેલ છે. એવું લાગે છે કે મશીનો પણ આપણી જેમ આરામ ઈચ્છે છે. ક્યારેક ક્યારેક સ્થિતિ પણ એવી થઈ જાય છે."

પરંતુ ગાંધીજીનો વિચાર ભિન્ન હતો. એમનો વિચાર હતો કે , "એન્જિનનું ન ચાલી શકવું આપણી પરીક્ષા હતી અને પછી હાથ લગાવતા જ ચાલી પડવું આપણા સામૂહિક પરિશ્રમનું સુફળ." બેરિસ્ટર હોવા છતાં પણ એમણે દક્ષિણ આફ્રિકામાં પોતાના જીવનમાં જે સાદગીને અપનાવી હતી, એનું જ પરિણામ હતું કે ભારત પાછા ફરવા પર એમણે પોતાનું બાકી જીવન ઘુંટણો સુધી ઊંચી ખાદીની ધોતી, ચપ્પલ અને ઠંડીઓની ચાદરના સહારે જ ગુજારી દીધી.

ફિનિક્સ આશ્રમની સ્થાપના પછી જ્યારે સામૂહિક ભોજનની વ્યવસ્થા કરવામાં આવી તો બજારથી ડબલ રોટી ખરીદવાને બદલે ઘરમાં જ હાથથી ખમીર વગરની રોટલી બનાવવાનું આરંભ કરી દીધું. એવી રોટલીમાં મિલનો લોટ કામ આપી શક્તો ન હતો. પછી મિલના લોટને બદલે હાથનો પિસેલો લોટ ઉપયોગ કરવામાં સાદગી રહેતી તથા સ્વાસ્થ્ય અને ધન, બધાની રક્ષા થતી હતી. આથી સાત પાઉન્ડ ખર્ચ કરીને હાથથી લોટ પીસવાવાળી એક ચક્કી ખરીદી લેવામાં આવી. એનો ઉપરી પથ્થર ખૂબ ભારે હતો. એકલા વ્યક્તિને એને ચલાવી શક્વામાં ખૂબ મુશ્કેલી થતી હતી. ચક્કી ચલાવવાનું કામ ગાંધીજી, મિસ્ટર પોલક અને બાળકોએ પોતાના માથા પર લઈ લીધું અને આ રીતે હાથથી પિસેલા લોટની રોટલીઓ આશ્રમમાં જ તૈયાર થવા લાગી, જે બજારથી ખરીદવામાં આવેલી રોટલીઓથી ક્યાંય વધારે સસ્તી અને સ્વાદિષ્ટ બનતી હતી.

આશ્રમની સફાઈ માટે એક નોકર રાખી લેવામાં આવ્યો હતો. પરંતુ પાખાના તેમજ ઓરડાની સફાઈ વગેરે નોકરને બદલે આશ્રમમાં રહેવાવાળા ખુદ જ કરતા હતા. એનું પરિણામ એ થયું કે આશ્રમમાં રહેવાવાળા પોતાનું કામ પોતાના હાથોથી કરવાનું શીખી ગયા. આ કામ ઊંચું છે અને આ નીચું છે, એ ભાવના સમાપ્ત થઈ ગી. સાથે જ કામ અનુસાર વ્યક્તિને નાનો કે નીચો અથવા

અછૂત માનવાની ધારણાનો પણ અંત થઈ ગયો. આ કામોને કરવાથી બાળકોના સ્વાસ્થ્યના નિયમોની સહજ જ જાણકારી પણ થઈ ગઈ.

ગાંધીજીએ વિશ્વને સત્યાગ્રહનો એક સર્વથા નવીન મંત્ર આપ્યો હતો. સત્યાગ્રહની વ્યાખ્યા કરતા એમણે કહ્યું હતું - "સત્યાગ્રહનો વાસ્તવિક અર્થ છે કે સત્યની સાથે આગ્રહ કરવો અને આ આગ્રહ એ જ કરી શકે છે, જે સત્યનું અનુસરણ કરે. જેના જીવનમાં સત્ય માટે સર્વોચ્ચ સ્થાન હોય."

ગાંધીજી જીવનભર સત્યના ઉપાસક રહ્યાં. એમણે અસત્યને ક્યારેય પોતાના જીવનમાં નજર નથી કરવા દીધી. એમ તો એમના સત્યના ઉપાસક હોવાના અનેક પ્રમાણ અને ઘટનાઓ મળે છે પરંતુ સૌથી પહેલાં અને સૌથી મહત્ત્વપૂર્ણ પ્રમાણ એમના આફ્રિકા પ્રવાસ દરમિયાન મળે છે. આ ઘટના ગાંધીજીના મનમાં સ્થાપિત સત્યની મૂર્તિનો પાયાનો પથ્થર છે.

જ્યારે ગાંધીજી વકીલાતની શિક્ષા પ્રાપ્ત કરી રહ્યાં હતા ત્યારે એમણે સાંભળ્યું હતું કે અસત્યનો આશ્રય લીધા વગર વકીલનું કામ નથી ચાલી શકતું. પરંતુ એમણે આ બધું સાંભળ્યા પછી પ્રતિજ્ઞા કરી કે ભલે જ એમની વકીલાત ન ચાલે પણ તેઓ અસત્યનો સહારો ક્યારેય નહીં લે.

જ્યારે એમણે દક્ષિણ આફ્રિકામાં વકીલાત આરંભ કરી તો તે મુવક્કિલથી કેસની વાર્તા સાંભળવાથી પહેલાં જ કહી દેતા કે જો એનો કેસ સાચ્ચો હોય તો તે એની વકીલાત કરશે. પરંતુ જો કેસ જૂઠ્ઠો છે, તો બેકાર જ એમનો સમય નષ્ટ ન કરે કેમ કે તેઓ જૂઠ્ઠા કેસમાં વકીલાત નથી કરી શકતા. આ વાતથી ગાંધીજીની શાખ એવી બની ગઈ કે એમની પાસે એ જ મુવક્કિલ આવતા હતા જેમનો કેસ સાચ્ચો હતો. જૂઠ્ઠા કેસવાળા મુવક્કિલ બીજા વકીલોની પાસે ચાલ્યા જતા હતા.

તેઓ જોહાન્સબર્ગમાં એક કેસની પેરવી કરી રહ્યાં હતા. કેસ દરમિયાન એમને અચાનક જ જાણ થઈ કે એમના મુવક્કિલે એમનાથી જૂઠ્ઠું બોલ્યો છે અને આ રીતે એમને દગો કર્યો છે. કટઘરામાં ઊભા થઈને તે ખરાબ રીતે હડબડાઈ ઉઠ્યો હતો અને એની આ ગભરાટે જ ગાંધીજીના મનમાં એ વિશ્વાસ પેદા કરી દીધો હતો કે તે એક જૂઠ્ઠા કેસની પેરવી કરી રહ્યાં છે.

ગાંધીજીએ મેજિસ્ટ્રેટથી પ્રાર્થના કરી કે તે આ કેસને ખારિજ કરી દે. વિરોધી પક્ષનો વકીલ એમની વાત સાંભળીને આશ્ચર્યમાં પડી ગયો. ગાંધીજીની આવાતથી મેજિસ્ટ્રેટને પણ આશ્ચર્ય થયું. એમણે કારણ પૂછ્યું તો ગાંધીજીએ પતાવ્યું કે એમનો મુવક્કિલ જૂઠ્ઠું બોલ્યો છે અને તે એવા કોઈ પણ કેસની પેરવી નથી કરી શકતા જે જૂઠ્ઠો હોય.

ગાંધીજીની આ વાતથી મેજિસ્ટ્રેટ ખૂબ ખુશ થયા, એમણે ગાંધીજીની પ્રશંસા કરતા

કેસને ખારિજ કરી દીધો. આ ઘટના પછી ગાંધીજીની વકીલાત પર કોઈ ખરાબ અસર ના પડી. એમની પાસે પહેલાની અપેક્ષાએ વધારે કેસો આવવા લાગ્યા. એમના આ સત્ય પાલનનો પ્રભાવ એમના સાથી વકીલો પર પણપડ્યો. તેઓ એ ભૂલી ગયા કે ગાંધીજી ગોરા નહીં બલ્કે ભારતીય છે અને તેઓ ગાંધીજીનં અત્યાધિક સન્માન કરવા લાગ્યા. રંગભેદના વાતાવરણમાં પ્રેમ અને સન્માનનું એક નવું અંકુર ફૂટી ગયું.

દક્ષિણ આફ્રિકામાં મિત્રો અને સાથીઓમાં શેઠ પારસી રુસ્તમજીનું મહત્ત્વપૂર્ણ સ્થાન રહ્યું હતું. આરંભથી જ તે સાર્વજનિક કાર્યોમાં ગાંધીજીના સાથી તથા સહયોગી રહ્યાં હતા. તે પોતાના વેપારના સંબંધમાં લગભગ બધી વાતો ગાંધીજીને બતાવતા રહેતા હતા. એમના ચુંગીના અધિકારીઓથી ખૂબ મેળ-મિલાપ હતો આથી એમના પર કોઈ શંકા પણ કરતું ન હતં પરંતુ એક વખત એમની ચોરી પકડાઈ ગઈ. તે ગભરાઈને ગાંધીજીની પાસે પહોંચ્યા અને એમની ગભરાટ અને એમની આંખોમાં આંસૂ જોઈને ગાંધીજીએ કારણ પૂછ્યું તો એમણે કહ્યું - *''ભાઈ, મેં તમને દગો કર્યો છે. હું અત્યાર સુધી જે પાપ કરતો રહ્યો હતો, આજે પ્રગટ થઈ ગયું. મેં તમારાથી એ વાત છુપાવી હતી કે હું ચુંગીની ચોરી કર્યા કરું છું અને તમને આપેલા દગાને કારણે આજે પસ્તાઈ રહ્યો છું.''*

ગાંધીજીએ એમને આશ્વાસન આપતા કહ્યું, *''આમ તો છોડાવવો ઈશ્વરના હાથમાં છે. પરંતુ હું તો તમને ત્યારે જ છોડાવી શકું છું જ્યારે તમે ખુશી-ખુશી પોતાનો ગુનો સ્વીકાર કરી લો.''*

રુસ્તમજીએ ગાંધીજીની સલાહ માની લીધી. ગાંધીજીએ કહ્યું - *''હું ચુંગીના ઑફિસરો અને અટાર્ની જનરલ બંનેથી મળીશ કેમ કે એમના પર કેસ ચલાવવાનીજ વાબદારી છે. હું એમને સલાહ આપીશ કે તમારા પર દંડ કરી દે. જો તે માની ગયા તો ઠીક છે નહીંતર તમારે જેલ જવું પડશે. અને જેલ જવામાં કોઈ શરમની વાત નથી. શરમની વાત તો ચોરી કરવામાં છે.''*

રુસ્તમજી સાહસી વ્યક્તિ હતા. એમણે ગાંધીજીની સલાહનો સ્વીકાર કરી લીધો. ગાંધીજી ચુંગીના ઓફિસર અને અટાર્ની જનરલથી મળ્યા. એમણે રુસ્મતજીની ચોરીની વાતો એમને બતાવી.

ગાંધીજીની આ સત્યપ્રિયતાનો એ ઑફિસરો પર એટલો ઊંડો પ્રભાવ પડ્યો કે એમણે રુસ્મતજી પર કેસ ના ચલાવ્યો. જેટલી ચોરી રુસ્તમજીએ કરી હતી એનાથી બમણી રકમ દંડના રૂપમાં લઈને એમને દોષમુક્ત કરી દીધા.

આ ઘટનાનો રુસ્તમજી પર એટલો ઊંડો પ્રભાવ પડ્યો કે એમણે આ પૂરી ઘટનાને એક કાગળ પર લખી અને એ કાગળને ફ્રેમમાં જડાવીને પોતાની ઑફિસમાં લટકાવી દીધી અને પોતાના ઉત્તરાધિકારીઓ તથા પોતાના વેપારી મિત્રોને ચેતાવણી આપી કે તે લોકો કોઈ પણ એવું કામ ન કરે, જેના કારણે એમને આવી સ્થિતિનો સામનો કરવો પડે.